യുക്തിവാദവും കമ്മ്യൂണിസ്റ്റുകാരും

yukthivadavum communistukarum
•
ems
•
first edition
november, 1984
•
third edition
november 2012
•
fourth edition
june 2013
•
fifth edition
december 2014
•
typesetting & published
chintha publishers, thiruvananthapuram
•

•
cover
midas
•

വിതരണം
ദേശാഭിമാനി ബുക്ക് ഹൗസ്
H O തിരുവനന്തപുരം–695 035
phone: 0471-2303026, 6063026
www.chinthapublishers.com
chinthapublishers@gmail.com

ബ്രാഞ്ചുകൾ
ഹെഡ്ഡാഫീസ് ബ്രാഞ്ച് കുന്നുകുഴി • സ്റ്റാച്യു തിരുവനന്തപുരം • കെ എസ് ആർ ടി സി ബസ് സ്റ്റേഷൻ ആലപ്പുഴ • കെ എസ് ആർ ടി സി ബസ് സ്റ്റേഷൻ എറണാകുളം • ചിറ്റൂർ റോഡ് എറണാകുളം • മച്ചിങ്ങൽ ലെയ്ൻ തൃശൂർ • ഐ ജി റോഡ് കോഴിക്കോട് • മാവൂർ റോഡ് കോഴിക്കോട് • എൻ ജി ഒ യൂണിയൻ ബിൽഡിങ് കണ്ണൂർ • സെൻട്രൽ ബസ് ടെർമിനൽ കോംപ്ലക്സ് താവക്കര കണ്ണൂർ

CR - 1427 / 3615

യുക്തിവാദവും കമ്യൂണിസ്റ്റുകാരും

ഇ എം എസ്

ചിന്ത പബ്ലിഷേഴ്സ്
തിരുവനന്തപുരം-695 035

ഇ എം എസ് (1909 – 1998)

ഉള്ളടക്കം

മുഖവുര

യുക്തിവാദത്തെയും മാർക്സിസത്തെയും സംബന്ധിച്ച്, അവ തമ്മിൽ ഉള്ളതും ഉണ്ടായിരിക്കേണ്ടതുമായ ബന്ധത്തെ സംബന്ധിച്ച്, ഒട്ടേറെ സംശയങ്ങളും ആക്ഷേപങ്ങളും ഉന്നയിക്കപ്പെടുന്നുണ്ട്. രണ്ടും പരസ്പരവിരുദ്ധമാണോ? ഒരാൾക്ക് യുക്തിവാദസംഘത്തിലും കമ്യൂണിസ്റ്റ് (മാർക്സിസ്റ്റ്) പാർട്ടിയിലും ഒരേസമയത്ത് പ്രവർത്തിക്കാമോ?

"അന്വേഷണത്തിന് വിധേയമാകുന്ന കാര്യങ്ങളിൽ സത്യാസത്യങ്ങളിൽ നിന്നുള്ള തെളിവുകൾ തുലനം ചെയ്ത് സത്യത്തെ ഉയർത്തിക്കാട്ടുന്ന രീതിയല്ലേ യുക്തിവാദം? ഇതെങ്ങനെ മാർക്സിസത്തിന് വിരുദ്ധമാകും? കമ്യൂണിസ്റ്റ് (മാർക്സിസ്റ്റ്) പാർട്ടിക്കും പാർട്ടിപത്രങ്ങൾക്കും യുക്തിവാദത്തോട് എന്താ ഇത്ര വല്ലാത്ത ഒരലർജി?" ഇങ്ങനെ പോകുന്നു ചിലരുടെ സംശയങ്ങൾ.

ചിലരുടെ ധാരണ പ്രകാരം "മതത്തിനും ജാതിക്കും എതിരായ പോരാട്ടത്തിന് നേതൃത്വം കൊടുക്കുന്ന, ബഹുജനങ്ങളിൽ ശാസ്ത്രീയ ബോധം വളർത്തിയെടുക്കുന്ന സംഘടനയാണ് യുക്തിവാദിസംഘം."

"ഭൗതികവാദപരമായ കാര്യങ്ങളിൽ മാത്രം ശ്രദ്ധ കേന്ദ്രീകരിച്ചുള്ളതല്ലേ യുക്തിവാദിസംഘവും മാർക്സിസ്റ്റ് പാർട്ടിയും? പിന്നെന്തിനാണ് പരസ്പരം പുച്ഛിക്കുന്നത്?" എന്നാണ് ഒരു 'മാർക്സിസ്റ്റ് വിശ്വാസി'യുടെ സംശയം.

"തികഞ്ഞ മതവിശ്വാസികൾക്ക് കമ്യൂണിസ്റ്റ് (മാർക്സിസ്റ്റ്) പാർട്ടിയിൽ പ്രവർത്തിക്കാൻ ആകുമോ?", "മതവിശ്വാസികൾക്ക് മാർക്സിസ്റ്റ് പാർട്ടിയിൽ അംഗത്വം നൽകുകയാണെങ്കിൽ, ഒരു ഘട്ടത്തിൽ അവർക്ക് ഭൂരിപക്ഷം കിട്ടുമ്പോൾ പാർട്ടി ഭരണഘടന പ്രകാരം അവരുടെ ചിന്താഗതിക്ക് തൂക്കംകൂടുകയും പാർട്ടി മതവിശ്വാസത്തെ അനശ്വരമായി നിലനിർത്തുന്ന ഒരു സംഘടനയായിത്തീരുകയും

ചെയ്യില്ലേ", "......പോളണ്ടിലെയും റഷ്യയിലെയും ഒക്കെ അനുഭവങ്ങൾ കാണിക്കുന്നത് സോഷ്യലിസ്റ്റ് രാജ്യങ്ങളിലും കാലക്രമത്തിൽ മതത്തിന്റെ സ്വാധീനം കുറയുകയല്ല കൂടുകയാണ് ചെയ്യുന്നത് എന്നല്ലെ?" "റഷ്യയിൽ മതസ്വാതന്ത്ര്യമില്ലെന്നതല്ലേ നേര്? മതവിരോധപ്രചാരണത്തിനല്ലാതെ മതപ്രചാരണത്തിന് സ്വാതന്ത്ര്യമില്ലല്ലോ" ഇങ്ങനെ പോകുന്നു മറ്റൊരു സെറ്റ് ചോദ്യങ്ങൾ.

"മകരജ്യോതിയുടെ പേരിൽ കർപ്പൂരം കത്തിച്ച് ഭക്തരെ കബളിപ്പിക്കുന്നത് ദേവസ്വം ബോർഡ് തന്നെയാണെന്നും ഈ കൊള്ളയടിക്ക് കേരളത്തിലെ ഇടതുപക്ഷശക്തികളുടെകൂടി പിന്തുണയുണ്ടെന്നും വേണം കരുതാൻ. ജനങ്ങളിലുള്ള അന്ധവിശ്വാസം തുറന്ന് കാണിക്കുന്നതിൽ അൽപ്പം ചില യുക്തിവാദികളുടെ പ്രവർത്തനമല്ലാതെ കാര്യമായ ഒന്നും നടന്നിട്ടില്ല. ലക്ഷക്കണക്കിന് അനുയായികളുള്ള പാർട്ടിക്ക് എന്തുകൊണ്ട് ഉത്തരവാദപ്പെട്ട ഒരു പ്രതിനിധിസംഘത്തെ അങ്ങോട്ടയച്ച് അതിന്റെ സത്യാവസ്ഥ ജനങ്ങളോട് പറഞ്ഞുകൂടാ! "കമ്യൂണിസ്റ്റ് (മാർക്സിസ്റ്റ്)പാർട്ടി പോലും ഈ ജനദ്രോഹ നടപടിക്കുനേരെ അർഥവത്തായ മൗനം പാലിക്കുകയാണെന്നും ആക്ഷേപമുതിർത്തുന്നു ചിലർ.

കമ്യൂണിസ്റ്റ് (മാർക്സിസ്റ്റ്) പാർട്ടിയുടെ മുഖപത്രത്തിൽ 'ക്രിസ്തുമസ് ആശംസകൾ' നൽകുന്നതിന്റെ അനൗചിത്യമാണ് മറ്റു ചിലരുടെ ശ്രദ്ധയിൽപെട്ടിട്ടുള്ളത്.

ബൂർഷ്വായുക്തിവാദവും തൊഴിലാളിവർഗയുക്തിവാദവും തമ്മിൽ വ്യത്യാസമുണ്ടെന്ന് അംഗീകരിക്കുന്ന ചിലർ, 'ഇന്ത്യൻ യുക്തിവാദ പ്രസ്ഥാനത്തെ' 'കേരള യുക്തിവാദ പ്രസ്ഥാനം' പോലുള്ള 'തൊഴിലാളിവർഗ യുക്തിവാദം' ഉയർത്തിപ്പിടിക്കുന്ന പ്രസ്ഥാനമാക്കി മാറ്റാൻ പാർട്ടി എന്തുകൊണ്ട് മുൻകൈ എടുക്കുന്നില്ല? എന്ന് പരാതിപ്പെടുന്നു.

ഈ ചോദ്യങ്ങളും സംശയങ്ങളും ആക്ഷേപങ്ങളുമെല്ലാം ചിന്ത വാരികയുടെ താളുകളിലൂടെ ഉയർത്തപ്പെട്ടിട്ടുള്ളവയാണ്. അവയ്ക്കൊക്കെ അതത് സന്ദർഭങ്ങളിൽ കഴിയാവുന്നത്ര വിശദമായ മറുപടികളും വിശദീകരണങ്ങളും നൽകപ്പെട്ടിട്ടുമുണ്ട്. ഇവയ്ക്കുപുറമെ ഇന്ത്യൻ യുക്തിവാദ പ്രസ്ഥാനത്തിന്റെയും 'തൊഴിലാളികളുടെ'തെന്ന് ചിലരെങ്കിലും ധരിച്ചുവശായിട്ടുള്ള കേരള യുക്തിവാദ പ്രസ്ഥാനത്തിന്റെയും നേതാക്കൾ മറ്റു വേദികളിലൂടെ ഉയർത്തിയിട്ടുള്ള വിമർശനങ്ങളും ആക്ഷേപങ്ങളുമുണ്ട്. ഇന്ത്യൻ എത്തീസ്റ്റ് (നിരീശ്വരവാദ) സംഘടനയും കേരള യുക്തിവാദിസംഘവും പ്രസിദ്ധീകരിച്ചിരിക്കുന്ന പുസ്തകങ്ങളിൽ ഇവ കാണാം.

തർക്കവിധേയമായിട്ടുള്ളത് ദാർശനിക പ്രശ്നങ്ങൾ മാത്രമല്ല; സാമ്പത്തിക–രാഷ്ട്രീയ പ്രശ്നങ്ങൾ കൂടി ഉണ്ട്. ദാർശനികമേഖലയിൽതന്നെ ഈശ്വരവാദ–നിരീശ്വരവാദത്തിന്റെ മാത്രമല്ല, ജ്ഞാനസി

ദ്ധാന്തത്തിന്റെ പ്രശ്നങ്ങളും അടങ്ങിയിട്ടുണ്ട്. ഈവക പ്രശ്നങ്ങളിൽ മാർക്സിസത്തിന്റെയും കമ്യൂണിസ്റ്റ് (മാർക്സിസ്റ്റ്) പാർട്ടിയുടെയും നിലപാട് പല പ്രസിദ്ധീകരണങ്ങളിൽകൂടെയും വ്യക്തമാക്കിയിട്ടുള്ളതാണ്.

ചില പ്രത്യേക ചോദ്യങ്ങൾക്ക് മാർക്സിസവും യുക്തിവാദവും ഒരേ ഉത്തരമായിരിക്കാം നൽകുക. ലക്ഷ്യങ്ങളിലും അവിടവിടെ സാദൃശ്യം കാണാം. അവയിലല്ല തർക്കം. മാർക്സിയൻ ജ്ഞാനസിദ്ധാന്തത്തിനും യുക്തിവാദികളുടെ ജ്ഞാനസിദ്ധാന്തത്തിനും തമ്മിൽ ഗണ്യമായ അന്തരമുണ്ട്. സാമ്പത്തികാപഗ്രഥനത്തിന്റെ കാര്യത്തിൽ ഈ അന്തരം കൂടുതൽ വലുതാണ്, ഒട്ടൊക്കെ പരസ്പരവിരുദ്ധവുമാണ്. എന്നാൽ, രാഷ്ട്രീയപ്രവർത്തനത്തിന്റെ മേഖലയിൽ വരുമ്പോഴാണ് ഇത് മൂർച്ഛിക്കുന്നത്. മാർക്സിസത്തോടും മാർക്സിസ്റ്റ് പാർട്ടിയോടും തികച്ചും ശത്രുതാപരമായ ഒരു നിലപാടാണ് കേരളയുക്തിവാദിസംഘത്തിനടക്കമുള്ളത്. ഇങ്ങനെ പറയുമ്പോൾ അതിലേ മാർക്സിസ്റ്റുകാരായ പ്രവർത്തകർ പ്രതിഷേധിക്കേണ്ടത് കമ്യൂണിസ്റ്റ് (മാർക്സിസ്റ്റ്) പാർട്ടിയോടല്ല, മറിച്ച് യുക്തിവാദിസംഘത്തിലെ അവരുടെ സഹപ്രവർത്തകരോടും നേതാക്കളോടുമാണ്.

കേരള യുക്തിവാദിസംഘത്തിന്റെയും ഇന്ത്യൻ യുക്തിവാദിസംഘത്തിന്റെയും നേതാവാണ് ഇടമറുക്. കേരള യുക്തിവാദിസംഘത്തിന്റെ നേതാക്കളാണ് പവനൻ, എം പ്രഭ, എം ബി കെ, യു കലാനാഥൻ തുടങ്ങിയവർ. ഇടമറുകിന്റെ *യുക്തിവാദം എന്ത്? എന്തിന്? എങ്ങനെ?* എന്ന പുസ്തകത്തിൽനിന്നും (4 വോള്യങ്ങൾ) പവനൻ തുടങ്ങിയവർ എഡിറ്റുചെയ്തിട്ടുള്ള *യുക്തിദർശനം* എന്ന പുസ്തകത്തിൽനിന്നും ഏതാനും ഉദ്ധരണികൾ താഴെ കൊടുക്കുന്നു. സാമാന്യം ദീർഘമായിത്തന്നെ അവ കൊടുത്തിരിക്കുകയാണ്. അവരുടെ അഭിപ്രായങ്ങൾ കഴിയുന്നത്ര പൂർണമായി പ്രകാശിപ്പിക്കാൻ വേണ്ടിയാണിത്.

യുക്തിവാദം എന്ത് എന്തിന് എങ്ങനെ എന്ന പുസ്തകത്തിൽ നിന്നുള്ളതാണ് ആദ്യത്തെ സെറ്റ്. ബ്രാക്കറ്റിൽ കൊടുത്തിരിക്കുന്നത് ഭാഗം നമ്പറും പേജ് നമ്പറും ആണ്–1983–ൽ പ്രസിദ്ധീകരിച്ച രണ്ടാം പതിപ്പിന്റെ. ആദ്യത്തെ സെറ്റ്. ഉദ്ധരണികൾ കമ്യൂണിസ്റ്റ്പാർട്ടികളെയും കമ്യൂണിസത്തെയും പറ്റിയുള്ളതാണ്.

യുക്തിവാദി സംസാരിക്കുന്നു

> "റഷ്യയിലും ചൈനയിലും മറ്റും മുതലാളിത്തരാജ്യങ്ങളിലേതിനെക്കാൾ ചിട്ടപ്പെടുത്തിയ യാന്ത്രികഗവൺമെന്റുകളാണുള്ളത്. കമ്യൂണിസ്റ്റ് രാജ്യങ്ങളിൽ നിലനിൽക്കുന്ന ക്രൂരമായ അച്ചടക്കവും ചിന്താസ്വാതന്ത്ര്യത്തിന്റെ

മേലുള്ള കയ്യേറ്റവും നമ്മെ അദ്ഭുതപ്പെടുത്തും......റഷ്യൻവിപ്ലവത്തിന്റെ നേതാക്കൻമാരിൽ പ്രമുഖനായ ട്രോത്സ്കിയെ സ്റ്റാലിൻ നാട്ടിൽനിന്നോടിച്ചതും ചാരനെ അയച്ച് മെക്സിക്കോവിൽവെച്ച് കൊല്ലിച്ചതും അധികാര പ്രമത്തതകൊണ്ടായിരുന്നു എന്ന് ഇന്നെല്ലാവർക്കും അറിയാം.....ഒരു കാലത്ത് മൗ ആയിരുന്നു ചൈനീസ് നേതാക്കളുടെ ഗുരു.....ചൈനയിൽ മൗ സെ ദോങ്ങിന്റെ പുസ്തകങ്ങൾപോലും കിട്ടാനില്ലാത്ത അവസ്ഥയാണ് ഇന്നുള്ളത്......" (1.114–115)

"മുതലാളിത്തവും കമ്യൂണിസവും മാനുഷികമൂല്യങ്ങളെയും മനുഷ്യസ്വാതന്ത്ര്യത്തെയും വിലമതിക്കുന്നില്ല. മതങ്ങൾ മനുഷ്യന്റെ ചിന്താസ്വാതന്ത്ര്യത്തിൽതന്നെ കയ്യേറ്റം നടത്തുന്നു. ഇതിൽ നിന്നെല്ലാം വിമുക്തമായ ഒരു സ്വതന്ത്രമനുഷ്യ സമുദായം ഉണ്ടാക്കിയെടുക്കുക–അതാണ് യുക്തിവാദിയുടെ ലക്ഷ്യം." (1.118)

"കമ്യൂണിസ്റ്റ് രാഷ്ട്രങ്ങളിൽ നിലവിലിരിക്കുന്ന തൊഴിലാളിവർഗ സർവാധിപത്യം ഫാസിസംപോലെ ഭീകരമല്ലെങ്കിലും കളക്ടിവിസത്തിന്റെ പല സ്വഭാവങ്ങളും അത് ഉൾക്കൊള്ളുന്നു. സ്വേച്ഛാധിപത്യത്തിനും അഭിപ്രായസ്വാതന്ത്ര്യനിഷേധത്തിനും അത് കുപ്രസിദ്ധി നേടിയിട്ടുണ്ട്. ജോസഫ് സ്റ്റാലിന്റെ കാലത്ത് രാഷ്ട്രീയപ്രതിയോഗികൾക്കെതിരായി എടുത്ത കർക്കശനടപടികൾ അതിന് ഉദാഹരണമാണ്. അടുത്തകാലത്തുപോലും മനുഷ്യാവകാശധ്വംസനങ്ങൾ അവിടെ നടക്കുന്നു എന്നുള്ളതിന്റെ തെളിവാണ് അലക്സാണ്ടർ സൊൾസെനിത്സിൻ എന്ന സാഹിത്യകാരന്റെ നാടുകടത്തൽ. മറ്റു കമ്യൂണിസ്റ്റ് രാജ്യങ്ങളിലും മനുഷ്യാവകാശധ്വംസനങ്ങൾ ധാരാളം നടക്കുന്നുണ്ട്." (3.123–124)

"1917 –ലെ റഷ്യൻവിപ്ലവം രാഷ്ട്രീയവും സാമ്പത്തികവുമായ രംഗങ്ങളിൽ മാറ്റമുണ്ടാക്കി. അവിടെ ഭരണാധികാരിയായിരുന്ന സാറിനെയും പ്രഭുക്കൻമാരെയും വധിച്ചു എന്നു മാത്രമല്ല, മുഴുവൻ സ്വകാര്യസ്വത്തും ദേശസാൽക്കരിക്കപ്പെടുകയും ചെയ്തു. പക്ഷെ, വിപ്ളവാനന്തര റഷ്യയിൽ സാറിസ്റ്റ് ഭരണകാലത്തേക്കാൾ കൂടുതൽ കൊലപാതകങ്ങളും മർദനങ്ങളും നടന്നു. ഇന്നും മനുഷ്യസ്വാതന്ത്ര്യം അവിടെ കമ്മിയാണ്...." (4.126)

"മതവും അവയോട് ബന്ധപ്പെട്ടുനിൽക്കുന്ന അന്ധവിശ്വാസങ്ങളും അനാചാരങ്ങളും ഇല്ലാതാകേണ്ടത് ആവശ്യമാ

ണെന്നു കരുതുന്നവരിൽതന്നെ ചിലർ വിചിത്രമായ ഒരു വാദഗതി ഉന്നയിച്ചു കേൾക്കാറുണ്ട്. മതത്തിന്റെയും അന്ധവിശ്വാസങ്ങളുടെയും അനാചാരങ്ങളുടെയും അടിത്തറയായി പ്രവർത്തിക്കുന്നത് സാമ്പത്തികവ്യവസ്ഥയാണെന്നും സാമ്പത്തികവ്യവസ്ഥ മാറിയാൽ ഇവയെല്ലാം താനെ ഇല്ലാതാകുമെന്നും ആണ് അവരുടെ അഭിപ്രായം.....മാർക്സിന്റെ ഒരു സിദ്ധാന്തത്തെ വ്യാഖ്യാനിച്ചുകൊണ്ടാണ് ഈ വാദഗതിയുടെ വക്താക്കൾ സാമ്പത്തികവ്യവസ്ഥയാണ് അടിത്തറയെന്നും മതവും അന്ധവിശ്വാസങ്ങളും മേൽക്കൂരയാണെന്നും പറയുന്നത്.... മാർക്സ് കരുതിയിരുന്നതുപോലെ മതവും അന്ധവിശ്വാസങ്ങളും വെറും മേൽക്കുരയായിരുന്നെങ്കിൽ കമ്യൂണിസ്റ്റ്ഭരണസമ്പ്രദായം സ്ഥാപിച്ച രാജ്യങ്ങളിലെങ്കിലും ആ മേൽക്കൂര വീഴേണ്ടതായിരുന്നു. പക്ഷെ....സോവിയറ്റ് യൂണിയനിൽ മതവിശ്വാസം ഇന്നും നിലനിൽക്കുന്നു. അടുത്ത രാജ്യമായ പോളണ്ടിൽ 75–85 ശതമാനം ആളുകളും ദൈവത്തിൽ വിശ്വസിക്കുന്നു.

സമൂഹത്തിലുണ്ടാകുന്ന സാമ്പത്തികമാറ്റങ്ങൾക്ക് മുൻതൂക്കം കൊടുക്കുക മാത്രമല്ല മാർക്സ് ചെയ്തത്. അദ്ദേഹം മറ്റെല്ലാം വിസ്മരിച്ച് സാമ്പത്തിക വീക്ഷണത്തിൽ കൂടി മാത്രം ചരിത്രത്തെ വ്യാഖ്യാനിക്കാൻ ശ്രമിച്ചു. അതുകൊണ്ടാണ് ഏത് സമൂഹത്തിലും നിലനിൽക്കുന്ന ആശയങ്ങൾ ആ കാലത്തിന്റെ സംഭാവനയാണെന്ന് പറഞ്ഞത്.” (2.142–146)

“കമ്യൂണിസത്തെ മയപ്പെടുത്തുകയെന്നത് അവരുടെ (പള്ളിയുടെ) ഒരു നയമായിരുന്നു. അത് കുറെയെല്ലാം അവർ സാധിച്ചു. നല്ല കത്തോലിക്കനായിരുന്നുകൊണ്ട് കമ്യൂണിസ്റ്റാകാൻ കഴിയുമെന്ന് കമ്യൂണിസ്റ്റുകാർ പറയാൻ ഇടവന്നത് ഈ കത്തോലിക്കാതന്ത്രത്തിൽ അവർ വീണതുകൊണ്ടാണ്....കേരളത്തിൽ ഒരു കത്തോലിക്കാ പുരോഹിതൻ കമ്യൂണിസ്റ്റ് വിരുദ്ധസംഘടനയുമായി രംഗത്തുവന്നത് പലർക്കും ഓർമയുണ്ട്. പെട്ടെന്നദ്ദേഹം കമ്യൂണിസ്റ്റ് സഹയാത്രികനായി. പത്തുവർഷം കൊണ്ട് കേരളത്തിലെ കമ്യൂണിസ്റ്റ് പ്രസ്ഥാനത്തിന്റെ പല്ലും നഖവും പറിച്ചു കളഞ്ഞ് അനുസരണയുള്ള ഒരു വളർത്തു മൃഗമാക്കി. ഇന്ന് സഭകളുടെ ചൂഷണത്തിനെതിരായി സംസാരിക്കാൻ ഇവിടെ കമ്യൂണിസ്റ്റ് പാർട്ടികൾ തയ്യാറല്ല. സഭയെ എതിർക്കുന്നത് അശാസ്ത്രീയമാ

ണെന്ന് കൂടി കമ്യൂണിസ്റ്റുകാർ പറഞ്ഞു തുടങ്ങിയിരിക്കുന്നു." (2.139–140)

"കഴിഞ്ഞ ഏതാനും നൂറ്റാണ്ടുകളായി യുക്തിവാദികൾ നടത്തുന്ന ആശയപ്രചാരണമാണ് മതത്തിന്റെ ആണിക്കല്ലിളക്കിയതെന്ന് മതാധികാരികൾക്ക് നന്നായി അറിയാം." (2.137)

"അടിത്തറ–മേൽക്കൂര സിദ്ധാന്തം പോലെ അർധസത്യമോ തെറ്റോ ആയ മറ്റൊരു സിദ്ധാന്തവും മാർക്സും എംഗൽസും ആവിഷ്കരിച്ചിട്ടുണ്ട്. വർഗസമരസിദ്ധാന്തം എന്ന് അത് അറിയപ്പെടുന്നു." (4.14 –15)

"………ഇവിടെ ഇത്രയും വിശദീകരണം നൽകേണ്ടിവന്നത് ആശയങ്ങളല്ല, സാമ്പത്തികവ്യവസ്ഥയാണ് മനുഷ്യസമൂഹത്തെ നിയന്ത്രിക്കുന്നതെന്നുള്ള കമ്യൂണിസ്റ്റ് സിദ്ധാന്തം തെറ്റാണെന്ന് കാണിക്കാൻ വേണ്ടി മാത്രമാണ്." (4.16–17)

"………'ബൂർഷ്വായുക്തിവാദം' എന്ന പദം ഉപയോഗിച്ച വ്യക്തിക്ക് മുതലാളിത്തവുമായി ബന്ധപ്പെട്ട ഒരാശയമാണ് യുക്തിവാദം എന്ന് വരുത്തിത്തീർക്കണമെന്ന് ആഗ്രഹമുണ്ടെന്ന് വ്യക്തമാണ്. മുതലാളിത്ത സാമൂഹ്യവ്യവസ്ഥയെ തന്നെ മാറ്റണമെന്ന് കരുതുന്നവരാണ് യുക്തിവാദികൾ. അപ്പോൾ ഈ ആരോപണത്തിന് എന്താണ് അർഥം?" (4.81)

"ജനകീയ ജനാധിപത്യത്തിൽ ജനാധിപത്യമോ ജനപങ്കാളിത്തമോ ഇല്ല. തൊഴിലാളിവർഗ സർവാധിപത്യമെന്നതിനു പകരമായി കണ്ടുപിടിച്ച ഒരു പദമാണത്….ഇവിടെ തൊഴിലാളിവർഗം എന്ന് പറയുന്നുണ്ടെങ്കിലും യഥാർഥത്തിൽ തൊഴിലാളികളല്ല ഭരണകർത്താക്കളാകുന്നത്, കമ്യൂണിസ്റ്റ് പാർട്ടി നേതാക്കൻമാരാണ്. കമ്യൂണിസ്റ്റ് പാർട്ടിക്കകത്ത് തൊഴിലാളികൾ മാത്രമല്ല അംഗങ്ങളായിട്ടുള്ളത്. ഇന്ത്യയിലെ കമ്യൂണിസ്റ്റ് പാർട്ടികളെ തന്നെ ഉദാഹരണമായി എടുക്കാം. ഇവിടെ നിലവിലുള്ള രണ്ടുമൂന്ന് കമ്യൂണിസ്റ്റ് പാർട്ടിയുടെ നേതാക്കൻമാരിൽ എത്രപേർ തൊഴിലാളികൾ ഉണ്ട്? മാർക്സിസ്റ്റ് പാർട്ടി ജനറൽ സെക്രട്ടറി ഇ എം ശങ്കരൻനമ്പൂതിരിപ്പാട് കേരളത്തിലെ ഒരു ജൻമി പുരോഹിത കുടുംബത്തിലെ അംഗമാണ്. അദ്ദേഹം ഒരിക്കലും ഒരു തൊഴിലാളി ആയിരുന്നിട്ടില്ല. പ്രസ്തുത പാർട്ടിയിലെ മറ്റ് അഖിലേന്ത്യാ നേതാക്കൻമാർ ജ്യോതിബസു, ഇ കെ നായനാർ, പി സുന്ദരയ്യ,

സമർ മുഖർജി തുടങ്ങിയവരും പഴയ ഫ്യൂഡൽ കുടുംബങ്ങളിൽ നിന്ന് വന്നവരാണ്. ഒരിക്കലും ഇവരാരും തൊഴിലാളികളായിരുന്നിട്ടില്ല. കമ്യൂണിസ്റ്റ് പാർട്ടിയുടെ നേതാക്കൻമാരായ സി രാജേശ്വരറാവു, എൻ കെ കൃഷ്ണൻ, എം എൻ ഗോവിന്ദൻനായർ, സി അച്ചുതമേനോൻ തുടങ്ങിയവരും ഫ്യൂഡൽ കുടുംബങ്ങളിൽ നിന്ന് വന്നവരും ഒരിക്കലും തൊഴിലാളികളായിരുന്നിട്ടില്ലാത്തവരുമാണ്. നക്സലിസത്തിന്റെ ഉപജ്ഞാതാവായ ചാരുമജൂംദാറും തൊഴിലാളി ആയിരുന്നില്ല. ലെനിനും തൊഴിലാളി പാരമ്പര്യമൊന്നും ഉണ്ടായിരുന്നില്ല. ചൈനയിലെ മൗവും തൊഴിലാളി ആയിരുന്നില്ല. ക്യൂബയിലെ കാസ്ത്രോക്കും തൊഴിലാളി പാരമ്പര്യമില്ല. തൊഴിലാളിവർഗ സർവാധിപത്യം എന്ന പേരുണ്ടെങ്കിലും കമ്യൂണിസ്റ്റ് പാർട്ടികളുടെ നേതൃത്വത്തിലുള്ള സർവാധിപത്യമാണ് യഥാർഥത്തിൽ ജനകീയ ജനാധിപത്യം എന്ന് ഇത് തെളിയിക്കുന്നു......

'.......ജനകീയ ജനാധിപത്യസമ്പ്രദായത്തിൽ ഭരണത്തിലിരിക്കുന്ന പാർട്ടിയൊഴിച്ച് മറ്റൊരു പാർട്ടിക്കും പ്രവർത്തിക്കുവാൻ സാധ്യമല്ല......പാർട്ടിസർവാധിപത്യം നടക്കുന്ന രാജ്യങ്ങളിലെ സ്ഥിതി ദയനീയമാണ്. അഭിപ്രായസ്വാതന്ത്ര്യമോ പത്രപ്രവർത്തനസ്വാതന്ത്ര്യമോ രാഷ്ട്രീയസ്വാതന്ത്ര്യമോ അവിടങ്ങളിലില്ല. നേതാക്കൻമാർ തമ്മിലുള്ള കിടമത്സരം പഴയ കൊട്ടാരവിപ്ലവങ്ങളെ അനുസ്മരിപ്പിക്കുന്നു..... ഭീകരമായ ഒരുതരം അടിമത്തമാണ് പാർട്ടിസർവാധിപത്യം ജനങ്ങളുടെ മേൽ അടിച്ചേൽപ്പിക്കുന്നത്. ഒരു സ്വതന്ത്രചിന്തകന് ഇത്തരം ഒരു വ്യവസ്ഥയിൽ ജീവിക്കാൻതന്നെ പ്രയാസമായിരിക്കും. (4.95–98)

"ഉട്ടോപ്യൻ സോഷ്യലിസത്തിൽനിന്ന് വേർതിരിച്ചറിയുന്നതിനുവേണ്ടിയാണ് കാൾ മാർക്സും എംഗൽസും അവരുടെ സോഷ്യലിസത്തെ 'ശാസ്ത്രീയസോഷ്യലിസം' എന്നുവിളിച്ചത്. പക്ഷെ, സർവാധിപത്യത്തിന്റെ സ്വഭാവം ഉൾക്കൊള്ളുന്നതാണ് മാർക്സിയൻ സോഷ്യലിസം. കമ്യൂണിസ്റ്റ് രാജ്യങ്ങളിൽ ചിലതെല്ലാം സാമ്പത്തികമായും ശാസ്ത്രീയമായും സാങ്കേതികമായും അഭിവൃദ്ധിപ്രാപിച്ചിട്ടുണ്ട്. പക്ഷെ, മനുഷ്യസ്വാതന്ത്ര്യം അവിടെ നിഷേധിക്കപ്പെടുന്നുണ്ടെന്നുള്ളത് യാഥാർഥ്യമാണ്. സ്വാതന്ത്ര്യം ഇല്ലെങ്കിൽ സമത്വവും ഉണ്ടാവുകയില്ലല്ലോ." (4.102)

"കമ്യൂണിസ്റ്റ് പാർട്ടികളുടെ നേതൃത്വത്തിൽ നടക്കുന്ന

സർവാധിപത്യഭരണത്തോട് യോജിക്കാൻ നിവൃത്തിയില്ല എന്നു പറയുന്നതുകൊണ്ട് മുതലാളിത്ത സാമൂഹ്യ വ്യവസ്ഥിതിയെ യുക്തിവാദികൾ അംഗീകരിക്കുന്നു എന്നർഥമില്ല. കമ്യൂണിസ്റ്റുകാരെക്കാളേറെ മുതലാളിത്തത്തിന്റെ ശത്രുക്കളാണ് യുക്തിവാദികൾ.....രാഷ്ട്രീയപ്രവർത്തനം ഒരു ജീവിതോപാധിയായി മാറ്റിയ ഒരു പുതിയവർഗം ഇവിടെ വളർന്നു വന്നിരിക്കുന്നു. തൊഴിലാളികളെയും മുതലാളികളെയും ഒരുപോലെ ചൂഷണം ചെയ്യുന്ന തൊഴിലാളിനേതാക്കൻമാർ...... തൊഴിലാളിവർഗത്തിന്റെയും സോഷ്യലിസത്തിന്റെയും പേരിൽ ഒരു പുതിയ മുതലാളിവർഗം ഉദയം ചെയ്തിരിക്കുന്നു! മതത്തെയും ജാതിസമ്പ്രദായത്തെയും അന്ധവിശ്വാസങ്ങളെയും അഴിമതികളെയും എതിർക്കുന്നത് തെറ്റാണെന്ന് ഈ കപടവിപ്ലവകാരികളുടെ സിദ്ധാന്തം. സ്വർഗരാജ്യമായ സോഷ്യലിസം വരുന്നതുവരെ നമ്മൾ ക്ഷമിക്കണമെന്ന് ഈ പുതിയ പാതിരിമാർ നമ്മോട് ഉപദേശിക്കുന്നു! (4.129–130)

"ഇന്ത്യയെപോലുള്ള രാജ്യങ്ങളിൽ തൊഴിലാളിവർഗ സർവാധിപത്യം ഒരിക്കലും അംഗീകരിക്കാൻ സാധ്യമല്ല. കാരണം, ഇന്ത്യയിലെ ജനങ്ങളിൽ 75 ശതമാനത്തിലധികവും കാർഷികവൃത്തിയെ ആശ്രയിച്ച് ജീവിക്കുന്നവരാണ്....മൊത്തം ജനസംഖ്യയുടെ വെറും ഒരു ശതമാനം മാത്രമാണ് തൊഴിലാളികൾ....." (4.138 –139)

യുക്തിവാദികൾ സമൂഹത്തിൽ എന്തുതരം മാറ്റത്തിനുവേണ്ടി നിലകൊള്ളുന്നു, എങ്ങനെയാണ് അത് സാക്ഷാത്കരിക്കേണ്ടത്, ആരാണതിന് നേതൃത്വം നൽകേണ്ടത്?

"യുക്തിചിന്തയിലും മനുഷ്യത്വത്തിലും ശാസ്ത്രബോധത്തിലും അധിഷ്ഠിതമായ ഒരു യുക്തിവാദഭരണകൂടം ഉണ്ടാകണമെന്നകാര്യത്തിൽ സ്വതന്ത്രചിന്തകൻമാരെല്ലാം യോജിക്കും. പക്ഷെ. അതെങ്ങനെ നടപ്പിൽവരുത്തുമെന്നാലോചിക്കുമ്പോഴാണ് പലർക്കും സംശയം വരുന്നത്....വാർഡ്തലം മുതൽ ദേശീയതലം വരെ നേതൃത്വം ഏറ്റെടുക്കാൻ പറ്റിയ ആദർശവാദികളായ ആളുകളെ കണ്ടുപിടിക്കണം.....എല്ലാ തലത്തിലുമുള്ള സ്വതന്ത്രചിന്തകൻമാർ ഒത്തുചേർന്ന് പ്രവർത്തിച്ചാൽ എല്ലാ രംഗത്തും വ്യാപിക്കുന്ന സമഗ്രമായ ഒരു യുക്തിവാദ വിപ്ലവം ഉണ്ടാക്കാൻ കഴിയും. ഇന്ത്യയെപോലുള്ള ഒരു ജനാധിപത്യരാജ്യത്ത് രക്തച്ചൊരിച്ചിലോ അക്രമമോ

കൂടാതെ ഇത് കൈവരുത്താം." (4.143–133)

"സകല മനുഷ്യർക്കും സമാധാനവും സന്തോഷവും നൽകുന്ന ഒരു വ്യവസ്ഥിതി;
ജാതി, മതം, വർണം, വർഗം, ലിംഗവ്യത്യാസം, ദേശം എന്നിവ ഗണിക്കാത്ത ഒരു മാനവസമൂഹം;
എല്ലാവർക്കും രുചികരവും പോഷകാംശങ്ങൾ അടങ്ങിയതുമായ ആഹാരം;
ആധുനിക സൗകര്യങ്ങളോടുകൂടിയ വീടുകൾ;
എല്ലാ തൊഴിലിനും മാന്യത;
താൽപര്യമുള്ള വിഷയങ്ങളിൽ അറിവുനേടാൻ എല്ലാവർക്കും സൗകര്യം നൽകുന്ന വിദ്യാഭ്യാസസമ്പ്രദായം;
എല്ലാവർക്കും ആധുനിക ചികിത്സാസമ്പ്രദായങ്ങൾ;
സാമ്പത്തികവും സാമൂഹ്യവുമായ രംഗങ്ങളിൽ എല്ലാവർക്കും തുല്യത;
അഭിപ്രായസ്വാതന്ത്ര്യവും വ്യക്തിസ്വാതന്ത്ര്യവും സഹിഷ്ണുതയും പുലർത്തുന്ന ജനങ്ങൾ;
വ്യക്തികളുടെ സ്വകാര്യജീവിതത്തിൽ കൈകടത്താതിരിക്കുകയും അത്യാവശ്യസർവീസുകളുടെ ചുമതല വഹിക്കുകയും ചെയ്യുന്ന ഭരണകൂടം;
പ്രശ്നങ്ങൾ–അത് വ്യക്തിയുടെ ആയാലും സമൂഹത്തിന്റെയായാലും–യുക്തിചിന്തകൊണ്ടും ശാസ്ത്രീയമായും നേരിടുന്ന സ്വതന്ത്ര മനഃസ്ഥിതിയുള്ള ജനങ്ങൾ;
ഇതൊക്കെയാണ് യുക്തിവാദരാഷ്ട്രത്തിന്റെ പ്രധാന ആശയങ്ങൾ." (4.124–125)

ഈ ഉദ്ധരണികളിൽനിന്ന് ഇടമറുകിന്റെ നേതൃത്വത്തിലുള്ള യുക്തിവാദിസംഘത്തിന്റെ ആക്രമണത്തിലെ കുന്തമുന തിരിഞ്ഞിട്ടുള്ളത് മാർക്സിസത്തിനും ലോക സോഷ്യലിസ്റ്റ് പ്രസ്ഥാനത്തിനും കേരളത്തിൽ കമ്യൂണിസ്റ്റ് (മാർക്സിസ്റ്റ്) പാർട്ടിക്കുമെതിരായാണെന്നു വ്യക്തമാണ്. ഇനി നമുക്ക് ഇടമറുകിന്റേതിനു സമാന്തരമായി പവനന്റെ നേതൃത്വത്തിലുള്ള യുക്തിവാദിസംഘത്തിന്റെ നിലപാട് പരിശോധിക്കാം.

ശ്രീ പവനൻ ചീഫ് എഡിറ്ററായി കേരള യുക്തിവാദി സംഘം പ്രസിദ്ധീകരിച്ചിട്ടുള്ള ഒരു കൃതിയാണ് 'യുക്തിദർശനം.' അതിൽ കുറ്റിപ്പുഴ കൃഷ്ണപിള്ളയുടെ "യുക്തിവാദം–ഒരു സമഗ്രാവലോകനം" എന്നൊരു ലേഖനം എടുത്തുകൊടുത്തിട്ടുണ്ട്. കേരളത്തിൽ യുക്തിവാദപ്രസ്ഥാനത്തിന്റെ സ്ഥാപക നേതാക്കളിൽ ഒരാളായിരുന്നു കുറ്റിപ്പുഴ. അദ്ദേഹം ഇങ്ങനെ എഴുതുന്നു:

ഇംഗ്ലീഷിൽ 'റാഷണലിസം' എന്ന വാക്കിന് മലയാള

ത്തിൽ സാധാരണ പറഞ്ഞുവരുന്ന പേരാണല്ലോ യുക്തിവാദം. ഈ പദം കൊണ്ട് വിവക്ഷിതാർഥം വേണ്ടുവോളം വെളിവാകുന്ന സ്ഥിതിക്ക് ഇതിന്റെ വ്യാകരണവും വ്യുൽപ്പത്തിയും മറ്റും ശരിയോ തെറ്റോ എന്ന് അന്വേഷിച്ച് സമയം കളയേണ്ടതില്ല. യുക്തിയെ അഥവാ ന്യായത്തെ അവലംബിച്ചുകൊണ്ടുള്ള വാദമാണ് യുക്തിവാദം എന്ന് ഏവർക്കും അറിയാവുന്നതാണ്." (പേജ് 537)

എന്നാൽ 'യുക്തിവാദം എന്ത്, എന്തിന്, എങ്ങനെ'എന്ന ഇടമറുകിന്റെ പുസ്തകത്തിൽ നിന്നുള്ളതുപോലെ, അത്ര ലളിതമല്ല പവനന്റേതിൽ നിന്നുള്ള ഉദ്ധരണികൾ എന്നാണ് കാണുന്നത്. "ചരിത്രപരമായ യുക്തിവാദം" എന്ന ലേഖനത്തിൽ പവനൻ എഴുതുന്നു:

"കാരണങ്ങളില്ലാതെ കാര്യങ്ങളുണ്ടാവില്ല എന്ന ചിന്താഗതി തത്വചിന്താപരമായി വളരെ പ്രാധാന്യം അർഹിക്കുന്ന ഒന്നാണ്. കാരണങ്ങളെ അന്വേഷിക്കുന്ന ചിന്താപദ്ധതിയാണ് യുക്തിവാദം. അതിനെ കാരണാന്വേഷണവാദമെന്നോ ഹേതുവാദമെന്നോ പറയുന്നതായിരിക്കും കൂടുതൽ ശരി.....അറിവ് ശരിയോ തെറ്റോ എന്ന് നിശ്ചയിക്കാനുള്ള ശരിയായ വഴി കാര്യാകാര്യ വിചിന്തനമാണെന്ന വസ്തുതയെയാണ് യുക്തിവാദം എന്ന് പറയുന്നത്. യാഥാർഥ്യം അവികലമാണെന്നും അതിന് യുക്തിസഹമായ ഘടനാദൃഢതയുണ്ടെന്നും യുക്തിവാദികൾ കരുതുന്നു.....യുക്തിവാദികൾക്ക് എന്തിനും തെളിവുണ്ടായിരിക്കണം. എന്നാൽ അവർ അനുഭവൈകവാദത്തിന് എതിരാണ്.....അറിവ് അനുഭവത്തെമാത്രം ആശ്രയിച്ചിട്ടുള്ളതല്ലെന്നും മനുഷ്യന്റെ കാര്യാകാര്യ വിവേചനശക്തിക്ക് അനുഭവത്തിനപ്പുറം ഉള്ള അറിവ് കണ്ടെത്താൻ കഴിയുമെന്നും യുക്തിവാദികൾ കരുതുന്നു.....യുക്തിവാദികളുടെ നിലപാട് ഏറ്റവും നല്ല നിലയിൽ വ്യക്തമാകുന്നത് അറിവിനെ സംബന്ധിച്ച് സിദ്ധാന്തങ്ങളോടുള്ള അവരുടെ സമീപനത്തിൽ നിന്നാണ്. മനുഷ്യന്റെ അറിവിന് പലതും അനുഭവാതീതമാണ്....ഇന്ദ്രിയാനുഭവങ്ങൾ നമ്മിൽ അമ്പരപ്പും ആശയക്കുഴപ്പവുമാണുണ്ടാക്കുന്നത്. അനുഭവൈകവാദികൾ എല്ലാ സത്യങ്ങളും ഇന്ദ്രിയാനുഭവങ്ങളിൽ കൂടെ മാത്രമേ അറിയാൻ കഴിയൂ എന്ന് ശഠിക്കുന്നു. ഈ വാദം ശരിയല്ലെന്നതിന് യുക്തിവാദികൾ നിരത്തിവെക്കുന്ന തെളിവുകൾ അനിഷേധ്യങ്ങളാണ്....സാർവത്രികമായി അംഗീകാരം ലഭിച്ച വസ്തുതകളിൽ പലതും

സിദ്ധാന്തപരമായ ജ്ഞാനം കൊണ്ട് ഉണ്ടായതാണ്. അനുഭവംകൊണ്ട് അവയെ തെളിയിക്കുകയോ അംഗീകരിക്കുകയോ ചെയ്യേണ്ട ആവശ്യമില്ല. 'മൂന്ന്' എങ്ങനെ പറഞ്ഞാലും 'മൂന്ന്' തന്നെ. ഇതിൽ അനുഭവത്തിന്റെ പ്രശ്നമേയില്ല....ഓരോ വ്യക്തിയുടെ മനസിന്റെ സ്ഥിതിയും കഴിവും വ്യത്യസ്തമാകയാൽ അനുഭവം വ്യത്യസ്തമായിരിക്കും. അതുകൊണ്ട് അനുഭവത്തിൽ നിന്ന് ഉൾക്കൊള്ളാവുന്ന അറിവും വ്യത്യസ്തമായിരിക്കും. ഇതിനെ അറിവ് എന്ന് വിളിക്കാമോ എന്ന കാര്യം തന്നെ സംശയമാണ്......" (പേജ് 507–512)

യുക്തിവാദവിപ്ളവം

തുടർന്ന്, പവനൻ ഗ്രീക്ദാർശനികരായിരുന്ന പിഥഗോറസ്, പ്ലേറ്റോ, സോക്രട്ടീസ്, അരിസ്റ്റോട്ടിൽ തുടങ്ങിയവർ യുക്തിവാദികളായിരുന്നു എന്ന് സമർഥിക്കുന്നു. ആധുനിക യുക്തിവാദികളുടെ മുൻഗാമിയായി അദ്ദേഹം എടുക്കുന്നത് റെനി ദ് ക്കാർത്തെയെ ആണ്. അതിൽ തെറ്റില്ല. ദർശനത്തെക്കുറിച്ചുള്ള നിഘണ്ഡുകളിലും സർവവിജ്ഞാനകോശങ്ങളിലും ആധുനിക യുക്തിവാദത്തിന്റെ ഉപജ്ഞാതാക്കളായി കരുതുന്നത് ദ് ക്കാർതെ, സ്പിനോസ, ലൈബ്നിത്സ് എന്നിവരെയാണ്. അവരോരോരുത്തരും ആവിഷ്കരിച്ച ദാർശനികപദ്ധതികളുടെ സവിസ്തര പരിശോധന ഇവിടെ പ്രസക്തമല്ല. ഇവർ രൂപം കൊടുത്ത യുക്തിവാദത്തിന്റെ പ്രധാനതത്വങ്ങൾ താഴെ പറയുന്നവയാണ്.

(i) അസ്തിത്വമുള്ള എന്തിന്റെയും സ്വഭാവത്തെക്കുറിച്ചുള്ള അറിവ് യുക്തിചിന്തയിലൂടെ മാത്രമായി ലഭ്യമാക്കാവുന്നതാണ്.

(ii) എല്ലാ അറിവിനെയും ഒരൊറ്റ പദ്ധതിക്ക് കീഴിൽ കൊണ്ടുവരാം.

(iii) അറിവ് നിഗമനാത്മകം (deductive) ആണ്.

(iv) തത്വത്തിൽ വിശദീകരിക്കാനാകാത്തതായി ഒന്നുമില്ല, എല്ലാറ്റിനെയും ഒരൊറ്റ പദ്ധതിക്ക് കീഴിൽ കൊണ്ടുവരാവുന്നതാണ്.

യുക്തിവാദത്തോടുള്ള ജ്ഞാനസിദ്ധാന്തപരമായ ഈ സമീപനം വാസ്തവത്തിൽ അതിന്റെ പല മുഖങ്ങളിൽ ഒന്നേ വെളിവാക്കുന്നുള്ളു. എന്നാൽ മാർക്സിസത്തെയും യുക്തിവാദത്തെയും സംബന്ധിച്ച്, മാർക്സിസ്റ്റ് പാർട്ടിയും യുക്തിവാദപ്രസ്ഥാനവും തമ്മിലുള്ള ബന്ധത്തെ സംബന്ധിച്ച്, ഉന്നയിക്കപ്പെട്ടിട്ടുള്ള ബഹുശതം ചോദ്യങ്ങൾ മിക്കവാറും എല്ലാം തന്നെ നിരീശ്വരവാദത്തെയും ജാതിമതാദികളെയും കുറിച്ചുള്ളവയാണ്. യുക്തിവാദമെന്നാൽ നിരീശ്വരവാദം മാത്രമാണെന്നും യുക്തിവാദിയെന്നാൽ നിരീശ്വരവാദി എന്നാണ് അർഥമെന്നും പരക്കെ ധാരണയുള്ളതായി പവനൻ പരാതിപ്പെടുന്നു. അതിൽ അദ്ഭു

തപ്പെടാനൊന്നുമില്ല. കേരളത്തിലെയും ഇന്ത്യയിലെയും ബഹുഭൂരിപക്ഷം യുക്തിവാദികളുടെയും മനസുകളെ മഥിക്കുന്ന മുഖ്യപ്രശ്നം ഈശ്വരനിഷേധത്തിന്റേത് തന്നെയാണ്. "യുക്തിവാദവും മാർക്സിസവും" എന്ന ലേഖനത്തിൽ ഏറ്റുമാനൂർ ഗോപാലൻ എഴുതുന്നു:

> ദൈവികതയിൽ നിന്ന് മാനവികതയിലേക്കുള്ള പരിവർത്തനത്തിൽകൂടി മാത്രമെ തൊഴിലാളിയെ സോഷ്യലിസ്റ്റ് ബോധമുള്ളവനാക്കിത്തീർക്കാനാവുകയുള്ളു. ഈ ഘട്ടത്തിൽ തൊഴിലാളിയുടെ സഹായത്തിനെത്തേണ്ടത് യുക്തിവാദമാണ്. മതപരമായ മന്ദതയിൽ നിന്ന് ജനങ്ങളെ ഉണർത്താൻ കേവലം മാർക്സിസ്റ്റ് വിദ്യാഭ്യാസം പോരെന്നും നിരീശ്വരവാദപ്രചാരണം ആവശ്യമാണെന്നും ലെനിൻ സമാഹൃതകൃതികളിൽ ഉറപ്പിച്ചു പറയുന്നു.... (പേജ് 530)

ഭാരതത്തിലെയും ഗ്രീസിലെയും പൗരാണികയുക്തിവാദങ്ങളുടെയും 16–17 നൂറ്റാണ്ടുകളിൽ ആരംഭിച്ച ആധുനിക യുക്തിവാദത്തിന്റെയും ചരിത്രപരമായ പഠനം ഉപകാരപ്രദമാണെങ്കിലും, ഇന്നത്തെ കേരളത്തിലെ 'ശുദ്ധ' യുക്തിവാദികളും 'മാർക്സിസ്റ്റു'കാരായ യുക്തിവാദികളും ഉയർത്തുന്ന ചോദ്യങ്ങൾക്ക് ഉത്തരം നൽകാൻ മറ്റൊരു പഠനമാണ് ആവശ്യം. ഇടമറുകിന്റെ വിമർശനങ്ങൾക്ക് മറുപടിപറയുവാൻ എന്താണ് മാർക്സിസം? അത് മതത്തെ വീക്ഷിക്കുന്നതെങ്ങനെയാണ്? മാർക്സിയൻദർശനവും സാമ്പത്തിക സിദ്ധാന്തവും വിപ്ളവസിദ്ധാന്തവും എങ്ങനെ പരസ്പരം ബന്ധപ്പെട്ടിരിക്കുന്നു എന്നും, അവ എന്താണെന്നും എന്തല്ലെന്നും ഒക്കെ പരിശോധിക്കേണ്ടിയിരിക്കുന്നു. *യുക്തിവാദം എന്ത് എന്തിന് എങ്ങനെ* എന്ന പുസ്തകത്തിലും പവനന്റെ ലേഖനങ്ങളിലും ഉടനീളം ഓടുന്ന ഒരുനൂലുണ്ട്: കമ്യൂണിസ്റ്റ് വിരോധത്തിന്റെതും മാർക്സിസത്തിനെതിരായതുമായ ഒരു നൂല്. അവിടവിടങ്ങളിലെല്ലാം മാർക്സിയൻ രീതി അവലംബിച്ചിട്ടുണ്ടെന്ന് തോന്നാമെങ്കിലും ആശയങ്ങൾ വിശദമാക്കുന്നതിനുപകരം വികലപ്പെടുത്താനാണ് ഉപയോഗിച്ചിട്ടുള്ളത്.

ഈ കമ്യൂണിസ്റ്റ് വിരോധം ഇടമറുകിന്റെ എല്ലാ ലേഖനങ്ങളിലും പുസ്തകങ്ങളിലുമുണ്ട്. സോവിയറ്റ് യൂണിയൻ, ചൈന. പോളണ്ട്, ക്യൂബ......ഒരു സോഷ്യലിസ്റ്റ് രാജ്യത്തും സ്വാതന്ത്ര്യമില്ല, ക്രൂരമായ സ്വേച്ഛാധിപത്യത്തിന്റെ കീഴിൽ ശ്വാസം മുട്ടി കഴിയുകയാണ് ജനങ്ങൾ. ഭീകരതയിൽ ഫാസിസത്തിന് തൊട്ട് താഴെ മാത്രമാണത്രെ അവിടെയുള്ള അവസ്ഥ. യുക്തിവാദിക്ക് സോഷ്യലിസം അസ്വീകാര്യമാണ്!

ആശയങ്ങളല്ല സാമ്പത്തികവ്യവസ്ഥയാണ് മനുഷ്യസമൂഹത്തെ നിയന്ത്രിക്കുന്നതെന്ന മാർക്സിസ്റ്റ് സിദ്ധാന്തത്തോട് യുക്തിവാദികൾ യോജിക്കുന്നില്ല.

അവരുടെ അഭിപ്രായത്തിൽ മതത്തിന്റെ ആണിക്കല്ലിളക്കിയത് യുക്തിവാദമാണ്! കമ്യൂണിസ്റ്റുകാർ മതവുമായി ഒത്തുതീർപ്പുണ്ടാക്കുന്നു. സോഷ്യലിസ്റ്റ് രാജ്യങ്ങളിൽ മതത്തിന്റെ സ്വാധീനം വർധിച്ചുവരികയാണ്, അതേസമയം മതപ്രചാരണത്തിന് അവിടങ്ങളിലൊന്നും സ്വാതന്ത്ര്യമില്ലെന്നും പറയുന്നു!

ജനകീയ ജനാധിപത്യം ജനകീയമോ ജനാധിപത്യപരമോ ആകില്ലെന്നും ഫ്യൂഡൽ വർഗങ്ങളിൽനിന്നും വന്ന കമ്യൂണിസ്റ്റ് പാർട്ടി നേതാക്കളുടെ ആധിപത്യം മാത്രമായിരിക്കും അതെന്നും ആക്ഷേപിക്കുന്നു.

അന്ധവിശ്വാസങ്ങൾക്കും അനാചാരങ്ങൾക്കും എതിരായ സമരത്തിൽ യുക്തിവാദികൾ ചെയ്യുന്ന പരിമിതമായ സേവനം അംഗീകരിക്കവെതന്നെ മേൽപറഞ്ഞതിനെയെല്ലാം നിഷേധിക്കാതെ വയ്യ. ഒരു വസ്തുതക്കും നിരക്കാത്ത, സാമ്രാജ്യത്വശക്തികളുടെ കുപ്രചാരണങ്ങളെ അതേപടി ആവർത്തിക്കുകയാണ്, ഒരുവശത്ത്, അവർ ചെയ്യുന്നത്. മറുവശത്താകട്ടെ, അനുഭവങ്ങൾ ശരിയെന്ന് തെളിയിച്ചുകഴിഞ്ഞിട്ടുള്ള എല്ലാ മാർക്സിയൻ തത്വങ്ങളെയും അവർ നിരാകരിക്കുന്നു. ഒരർഥത്തിൽ അതിൽ അദ്ഭുതപ്പെടാനില്ല. കാരണം, അനുഭവങ്ങളെ അറിവിനുള്ള മാർഗമായി അവർ അംഗീകരിക്കുന്നേയില്ലല്ലോ. ഭൗതികവാദികളെന്ന് സ്വയം വിശേഷിപ്പിക്കുന്നുവെങ്കിലും നിരീശ്വരത്വം ഉദ്ഘോഷിക്കുന്ന ആശയവാദികളാണവർ. അവരുടെ ദൃഷ്ടിയിൽ വസ്തുനിഷ്ഠ സാഹചര്യങ്ങളല്ല ആത്മനിഷ്ഠ ആശയങ്ങളാണ് സമൂഹത്തെ നിയന്ത്രിക്കുന്നത്. ഉൽപ്പാദനോപാധികൾ പൊതുഉടമയിൽ കൊണ്ടുവരുന്നതിൽ വിശ്വാസമില്ല, തൊഴിലാളിവർഗത്തിലോ വർഗസമരത്തിലോ വിശ്വാസമില്ല, കമ്യൂണിസ്റ്റുകാരിൽ വിശ്വാസമില്ല. സ്വാഭാവികമായും ഒരു ബലപ്രയോഗവും കൂടാതെ ഇന്ത്യയിൽ വിപ്ലവം നടത്താൻ കഴിയുമെന്ന് അവർ പ്രതീക്ഷിക്കുന്നു.

അതെ, ഒരു വിപ്ലവം തന്നെയാണ് അവരുടെ ലക്ഷ്യം–'യുക്തിവാദിവിപ്ലവം'. സോഷ്യലിസ്റ്റുവിപ്ലവത്തിൽനിന്നും ജനകീയജനാധിപത്യവിപ്ലവത്തിൽനിന്നും വിഭിന്നമായ, മുതലാളിത്തത്തിനു മാത്രമല്ല, ഇവയ്ക്കുകൂടി എതിരായ ഒരു വിപ്ലവമാണ് ഇടമറുകിന്റെ അഭിപ്രായത്തിൽ യുക്തിവാദികൾ വിഭാവനം ചെയ്യുന്നത്.

ആ വിപ്ലവം നടത്തുന്നത് ആരാണ്?

"എല്ലാ തരത്തിലുമുള്ള സ്വതന്ത്രചിന്തകൻമാർ, ആദർശവാദികളായ ആളുകൾ."

ആ വിപ്ലവം എങ്ങനെ നടത്തും?

"രക്തച്ചൊരിച്ചിലോ അക്രമമോ കൂടാതെ."

ആ വിപ്ലവത്തിന്റെ പരിപാടി എന്ത്? നേരത്തെ പറഞ്ഞപോലെ...... ജാതിമതാദി വ്യത്യാസമില്ലാത്തത്, എല്ലാവർക്കും പോഷകാഹാരം നൽകുന്നത്, 'ആധുനിക' സൗകര്യങ്ങളോടുകൂടിയ വീടുകൾ നൽകുന്നത്.....

അവിടെ മുതലാളിമാരും തൊഴിലാളികളും ഉണ്ടായിരിക്കുമോ?

ഉൽപ്പാദന ഉപാധികളുടെ ഉടമസ്ഥത ആർക്കായിരിക്കും?

തൊഴിൽ ചെയ്യാനുള്ള അവകാശം മൗലികാവകാശമായിരിക്കുമോ?

ഈ ചോദ്യങ്ങൾക്കൊന്നും യുക്തിവാദിവിപ്ലവത്തിന്റെ പരിപാടിയിൽ ഉത്തരമില്ല.

യുക്തിവാദി വിപ്ലവം നടത്തണമെങ്കിൽ ആദ്യമായി കമ്യൂണിസ്റ്റുകാരെ പരാജയപ്പെടുത്തണമെന്ന ധാരണയാണ് ഇവരുടെ പരിപാടിയിൽ ഉടനീളം കാണുന്നത്. ശ്രീ പവനന്റെ നിലപാട് ഇതിൽനിന്ന് വിഭിന്നമാണോ? അല്ല. ശ്രീ പവനൻ ഇടമറുകിന്റെയും അദ്ദേഹത്തെപ്പോലെ ചിന്തിക്കുന്ന യുക്തിവാദികളുടെയും അഭിപ്രായത്തെ എതിർത്തിട്ടില്ല. മറിച്ച്, തൊഴിലാളിവർഗത്തിന്റെ ഉശിരൻ സമരത്തിലേക്ക് വെള്ളമൊഴിക്കാനാണ് ശ്രമിക്കുന്നത്.

മതനിഷേധം, നിരീശ്വരത എന്നിവയാണ് മാർക്സിസത്തിന്റെ സത്ത്; അത് ഇവിടത്തെ മാർക്സിസ്റ്റുകാർ ബലികഴിക്കുന്നു, അതിന്റെ ഉദാഹരണമാണ് മുസ്ലീംലീഗുമായി മാർക്സിസ്റ്റുകാരുണ്ടാക്കിയ സഖ്യം–ഇത്രയും കാര്യത്തിൽ ഇടമറുകിന്റെയും പവനന്റെയും യുക്തിവാദസമീപനങ്ങൾ തമ്മിൽ ഒരു വ്യത്യാസവുമില്ല. *യുക്തിവിചാര*ത്തിൽ പവനൻ എഴുതുന്നു:

> 1960ൽ മുസ്ലീംലീഗിനെയും മറ്റും ഉപയോഗിച്ച് കമ്യൂണിസ്റ്റ് പാർട്ടിയെ പരാജയപ്പെടുത്തുവാൻ കോൺഗ്രസ് തുനിഞ്ഞുവെന്നും അതിന് ബദലെന്നോണം 1965ലും (തുടർന്നും) ഇത്തരം കക്ഷികളെ ഉപയോഗപ്പെടുത്തി മാർക്സിസ്റ്റ് പാർട്ടി കോൺഗ്രസിനെ തിരിച്ചടിച്ചുവെന്നും ഇതിന്റെയൊക്കെ ഫലമായി മുസ്ലീം ഭൂരിപക്ഷപ്രദേശങ്ങളിലും ക്രൈസ്തവഭൂരിപക്ഷപ്രദേശങ്ങളിലും മാർക്സിസ്റ്റ് പാർട്ടിയുടെ സ്വാധീനം വളർന്നുവെന്നുമാണ് അദ്ദേഹം (ഇ എം എസ്) പറയുന്നത്. (ചിന്ത, 1983 ജൂൺ 3). വാദത്തിനുവേണ്ടി അത് ശരിയാണെന്നു സമ്മതിച്ചാൽതന്നെ ഒരു മാർക്സിസ്റ്റ് എന്ന നിലക്ക് ഇതിനെ എങ്ങനെ സാധൂകരിക്കും എന്ന് എനിക്ക് അറിഞ്ഞുകൂട. കാരണം, കമ്യൂണിസ്റ്റ്പാർട്ടികളുടെ സ്വാധീനം വളരുന്നതും വളർത്തേണ്ടതും തിരഞ്ഞെടുപ്പുകളിൽകൂടി നടത്തുന്ന അവസരവാദപരമായ കൂട്ടുകെട്ടുവഴിയാണോ? (പേജ് 139–140)

കമ്യൂണിസ്റ്റ് (മാർക്സിസ്റ്റ്) പാർട്ടിയുടെ ശത്രുക്കൾ ഉയർത്തുന്ന അതേ ആരോപണം, അവസരവാദപരമായ കൂട്ടുകെട്ട് എന്നതുതന്നെയാണ്

തൊഴിലാളിവർഗത്തിന്റെ സമരതന്ത്രങ്ങളെക്കുറിച്ച് പവനനും മുന്നോട്ടുവക്കുന്നത്. വിശാലമായ ജനവിഭാഗങ്ങൾക്കിടയിൽ തങ്ങൾക്കെതിരായി ശക്തിപ്പെട്ടുവരുന്ന ഐക്യം തകർക്കുകയെന്നത് ജനശത്രുക്കളുടെ ആവശ്യമാണ്. ഇടമറുകിന്റെയും പവനന്റെയും ആവശ്യവും അതുതന്നെയാണെന്നു കാണുന്നു.

യുക്തിവാദം മാർക്സിസത്തിന് പകരം വെക്കുന്ന ഒരു ചിന്താപദ്ധതിയല്ലെന്ന് പവനൻ പറയുന്നു. ആണെന്ന്, മാർക്സിസത്തിനും ഉപരിയായ ഒരു പദ്ധതിയാണെന്ന് ഇടമറുക് ആണയിടുന്നു. ഇടമറുക് ഇന്ത്യൻ യുക്തിവാദിസംഘത്തിന്റെ പ്രസിഡന്റാണ്. പവനൻ അതിന്റെ വൈസ് പ്രസിഡന്റാണ്. യുക്തിവാദിസംഘടനയെ ഒരു സാംസ്കാരിക സംഘടനയായല്ല, രാഷ്ട്രീയസംഘടനയായിത്തന്നെയാണ് ഇടമറുക് കാണുന്നത്. ആത്മനിഷ്ഠമായി പവനൻ അതിനോട് യോജിക്കുന്നുവോ ഇല്ലയോ എന്നത് അദ്ദേഹത്തിന് മാത്രമേ അറിയാവൂ. എന്നാൽ വസ്തുനിഷ്ഠമായി നോക്കുമ്പോൾ അദ്ദേഹവും ഇന്ത്യൻ യുക്തിവാദിസംഘത്തിലും കേരള യുക്തിവാദിസംഘത്തിലും പ്രവർത്തിക്കുന്ന അവരുടെ സഹപ്രവർത്തകരും (മാർക്സിസ്റ്റുകാരടക്കം) ഇടമറുക് പ്രഭൃതികളുടെ നേതൃത്വത്തിലുള്ള 'മാർക്സിസ്റ്റ് വിരുദ്ധ'രാഷ്ട്രീയപ്രസ്ഥാനത്തെ ശക്തിപ്പെടുത്തുകയാണ് ചെയ്യുന്നത്.

17–18 നൂറ്റാണ്ടുകളിൽ രൂപംകൊണ്ട് വളർച്ചപ്രാപിച്ച ബൂർഷ്വായുക്തിവാദം, മാർക്സിസത്തിന്റെ ആവിർഭാവത്തോടുകൂടി യഥാർഥത്തിൽ കാലഹരണപ്പെട്ടുകഴിഞ്ഞിരുന്നു. യുക്തിവാദത്തിൽ പുരോഗമനപരമായി, വിപ്ലവകരമായി എന്തെല്ലാം ഉണ്ടായിരുന്നുവോ അതെല്ലാം മാർക്സിസം ഉൾക്കൊണ്ടിട്ടുണ്ട്. പിന്തിരിപ്പനായി, ആശയവാദപരമായി, അതിലുണ്ടായിരുന്നതിനെയെല്ലാം തള്ളിക്കളഞ്ഞിട്ടുമുണ്ട്. കേരളത്തിലും ഈ നൂറ്റാണ്ടിന്റെ ആദ്യദശകങ്ങളിൽ, മാർക്സിസം ഇവിടെ വളർന്ന് ശക്തിപ്രാപിക്കുന്നതിനുമുമ്പെ യുക്തിവാദത്തിന് പുരോഗമനപരമായ ഒരു പങ്ക് വഹിക്കാനുണ്ടായിരുന്നു. അതാണ് സഹോദരൻ അയ്യപ്പനും രാമവർമതമ്പാനും എം സി ജോസഫും കുറ്റിപ്പുഴയും ഒക്കെ ചെയ്തത്. എന്നാൽ നാൽപ്പതുകളോടുകൂടി ഈ നില മാറി. ഇവിടെയും ശക്തമായ ഒരു കമ്യൂണിസ്റ്റ് പ്രസ്ഥാനം വളർന്നുവന്നു. യുക്തിവാദത്തിന്റെ പുരോഗമനാത്മകമായ എല്ലാ അംശങ്ങളെയും അതുൾക്കൊണ്ടു. യുക്തിവാദത്തിന്റെ പിന്നീടുള്ള സ്വതന്ത്രമായ വളർച്ച, ഫലത്തിൽ, ബൂർഷ്വായുക്തിവാദത്തിലെ ആശയവാദപരവും പിന്തിരിപ്പനും ആയ വശങ്ങൾക്ക് കൂടുതൽ വളം വെച്ചു കൊടുക്കുന്ന തരത്തിലുള്ളതായിരുന്നു. ഈ വ്യത്യാസം കാണാത്തതിന്റെ ഫലമാണ്, യുക്തിവാദത്തെയും മാർക്സിസത്തെയും സംബന്ധിച്ച് തുടർച്ചയായി ഉന്നയിക്കപ്പെടുന്ന സംശയങ്ങൾ. *ചിന്ത വാരിക*യുടെ പംക്തികളിലൂടെ ഈ സംശയങ്ങൾക്ക് പലപ്പോഴായി നൽകപ്പെട്ടിട്ടുള്ള ഉത്തരങ്ങളാണ് ഇവിടെ ക്രോഡീകരിച്ചിട്ടുള്ളത്.

യുക്തിവാദത്തിന്റെയും മാർക്സിസത്തിന്റെയും പിറവി

ആധുനിക യുക്തിവാദത്തിന്റെ അടിത്തറപാകിയവർ

യുക്തിവാദവും മാർക്സിസവും മുതലാളിത്ത വളർച്ചയുടെ കാലഘട്ടത്തിൽ പ്രത്യക്ഷപ്പെട്ട വർഗസംഘട്ടനത്തിന്റെ ആശയപരമായ രണ്ട് രൂപങ്ങളാണ്. ബൂർഷ്വാസി വളർന്നുവരാൻ തുടങ്ങിയപ്പോൾ അതിന് ഫ്യൂഡലിസത്തോട്, അല്ലെങ്കിൽ മുതലാളിത്ത പൂർവമായ മറ്റ് സാമൂഹ്യവ്യവസ്ഥകളോട്, പടവെട്ടേണ്ടിവന്നു. ഒന്നുകൂടി വിശദമാക്കിയാൽ, മുതലാളിത്തത്തിന്റെ വളർച്ചക്ക് തടസമായി നിൽക്കുന്ന എല്ലാ സാമൂഹ്യ-സാംസ്കാരിക ശക്തികളെയും വേരോടെ പിഴുതെറിയുന്നതിനുവേണ്ടി ബൂർഷ്വാസി, അതിന്റെ വളർച്ചയുടെ ആദ്യഘട്ടത്തിൽ, കരുപ്പിടിപ്പിച്ച മൂർച്ചയേറിയ ആയുധമാണ് യുക്തിവാദം. അതിനെ ലെനിൻ വിശേഷിപ്പിച്ചത്, 'പൊരുതുന്ന ഭൗതികവാദം' എന്നാണ്.

മതം, വിശ്വാസങ്ങൾ, ആചാരാനുഷ്ഠാനങ്ങൾ മുതലായവയെ എല്ലാം വെല്ലുവിളിച്ച് തികച്ചും യുക്തി യുക്തമായി ചിന്തിക്കുകയും അതനുസരിച്ച് പ്രവർത്തിക്കുകയും ചെയ്യാനാണ് ഈ പ്രസ്ഥാനത്തിൽ പങ്കാളികളായവരെ അതിന്റെ നേതാക്കൾ പ്രേരിപ്പിച്ചത്.

ഈ യുക്തിവാദത്തിന് അടിത്തറ കെട്ടിയവരായി കണക്കാക്കപ്പെടുന്നത് റെനി ദ്ക്കാർത്തെ (1590–1650) ബെനഡിക്ട് സ്പിനോസ (1632–1677) ലൈബ്നിത്സ് (1636–1716) തുടങ്ങിയവരാണല്ലോ. പതിനേഴാം നൂറ്റാണ്ടാണ് ഇവരുടെയെല്ലാം പ്രവർത്തനകാലം. യുക്തിവാദത്തിന്റെ

വേരുകൾ പൗരാണിക ഗ്രീക് ദർശനങ്ങളിലും നിരീശ്വരവാദപരമായ ഭാരതീയദർശനങ്ങളിലും കാണാം എന്ന് വാദിക്കുന്നവരുണ്ട്. അന്നൊക്കെ സാമാന്യബുദ്ധിയുടെ–യുക്തിയുടെ–അടിസ്ഥാനത്തിൽ പ്രസ്താവനകളും പ്രഖ്യാപനങ്ങളും നടത്താനേ കഴിഞ്ഞിട്ടുള്ളു. പരീക്ഷണാത്മക ശാസ്ത്രത്തിന്റെ പിൻബലമില്ലാതെ ഇത്രയും പറഞ്ഞുവെക്കാൻ അവർക്ക് കഴിഞ്ഞത് അദ്ഭുതം തന്നെയാണ്.

എന്നാൽ, ബൂർഷ്വാ നവോത്ഥാനത്തോടുകൂടി ആരംഭിച്ച വിജ്ഞാനവിപ്ളവത്തിന്റെ, കൊളംബസിന്റെയും കോപ്പർനിക്കസിന്റെയും ഗലീലിയോവിന്റെയും ന്യൂട്ടന്റെയും ഒക്കെ സംഭാവനകളുടെ, പശ്ചാത്തലത്തിൽ ഉയർന്നുവന്ന ആധുനിക ചിന്തകൾ കൂടുതൽ ശക്തങ്ങളായിരുന്നു. ദ്ക്കാർതെയും ലൈബ്നിത്സും പ്രശസ്ത ഗണിതജ്ഞൻമാരായിരുന്നു. ദ്ക്കാർത്തെ വിശ്ലേഷകജ്യാമിതി (analytical geometry) ആവിഷ്കരിച്ചു. ലൈബ്നിത്സ് ന്യൂട്ടന് സമാന്തരമായി കലനഗണിതം (calculus) ആവിഷ്കരിച്ചു. ദാർശനികർ എന്നതിലേറെ ഗണിതജ്ഞർ എന്ന നിലയിലാണ് അവർക്ക് പ്രശസ്തി. അവരുടെ യുക്തിവാദത്തിന്റെ സത്ത ഇതാണ്: പ്രപഞ്ചം ജ്ഞേയമാണ്, എല്ലാ അറിവിനെയും ഒരൊറ്റ ജ്ഞാനപദ്ധതിക്കുള്ളിൽ ക്രമീകരിക്കാം.

പക്ഷെ, ഈ ജ്ഞാനം, അറിവ്, നേടുന്നതിനുള്ള മാർഗം യുക്തിചിന്തയാണവർക്ക്. ആനുഭവികജ്ഞാനത്തെ ഈ യുക്തിവാദികൾ അംഗീകരിക്കുന്നില്ല. പ്രഥമവീക്ഷണത്തിൽ നിരീശ്വരവാദപരവും ഭൗതികവാദപരവും ആണെങ്കിലും യുക്തിവാദികളുടെ ജ്ഞാനസിദ്ധാന്തം തികച്ചും ആശയവാദപരമാണ്. അവരുടെ ദൃഷ്ടിയിൽ ലോകവിജ്ഞാനം മുഴുവൻ യുക്തിയേന്തിയ മനുഷ്യൻ തന്റെ ബുദ്ധിശക്തികൊണ്ട് കുഴിച്ചെടുത്തതാണ്. അതായത് എല്ലാ അറിവും തനിക്ക് ചുറ്റുമുള്ള പ്രപഞ്ചത്തിൽ അനാദികാലം മുതൽക്കേ നിലനിൽക്കുന്നുണ്ട്. അവ കണ്ടുപിടിക്കുകയേ വേണ്ടൂ. മനുഷ്യൻ ചുറ്റുമുള്ള പ്രപഞ്ചവുമായി ഇടപെടുകയും അതിനെ മാറ്റിത്തീർക്കാൻ ശ്രമിക്കുകയും ചെയ്യുന്നതിന്റെ ഫലമായാണ് അറിവുണ്ടാകുന്നത് എന്ന് അവർ അംഗീകരിക്കുന്നില്ല; അത്തരം അറിവ് അവരുടെ ദൃഷ്ടിയിൽ അപൂർണമാണ്.

മാർക്സിസത്തിന്റെ ആവിർഭാവം

മാർക്സിസം എന്ന പേരിൽ ഇന്നറിയപ്പെടുന്ന തത്വങ്ങൾ ഏതാനും ദശാബ്ദക്കാലത്ത് യൂറോപ്പിലെ ജനാധിപത്യവാദികൾ പൊതുവിലും, തൊഴിലാളിവർഗവിപ്ളവകാരികൾ വിശേഷിച്ചും, നടത്തിയ പോരാട്ടങ്ങളും അവർക്കിടയിലെ ബുദ്ധിജീവികൾ നടത്തിയ ആശയ സമരങ്ങളും ചേർന്നാണ് രൂപം കൊണ്ടത്. മാർക്സും എംഗൽസും കൂടി ഇത് രൂപപ്പെടുത്തുന്നതുവരെ ഈ സമരങ്ങൾക്ക് വ്യക്തമായ ഒരു തത്വസംഹിത ഇല്ലായിരുന്നു. പല ചിന്താഗതികളും

നിലവിലിരുന്ന കാലത്ത് അവയുടെയെല്ലാം സ്വാധീനത്തിന് കീഴ്പെട്ട് സമരങ്ങൾ നടക്കുകയായിരുന്നു.

ഈ വസ്തുത *കമ്യൂണിസ്റ്റ് മാനിഫെസ്റ്റോവിൽ* എടുത്ത് പറഞ്ഞിട്ടുണ്ട്. അന്ന് നിലവിലിരുന്ന വിവിധ ചിന്താഗതികളിൽ മുഖ്യമായവയുടെ പേരെടുത്ത് പറഞ്ഞ് വിമർശിക്കുകയും അവയ്ക്കെല്ലാം പകരം വരേണ്ട വിപ്ളവ തൊഴിലാളിവർഗ ചിന്താഗതിയുടെ രൂപം വരച്ചുകാട്ടുകയുമാണ് *മാനിഫെസ്റ്റോ* ചെയ്തത്.

19–ാം നൂറ്റാണ്ടിന്റെ മധ്യദശയിൽ യൗവനത്തിലേക്ക് കടക്കുവാൻ തുടങ്ങിയിരുന്ന മുതലാളിത്തത്തെ ഒരു ശാസ്ത്രീയ ഗവേഷകന്റെ സത്യസന്ധതയോടും, ലോകഗതിയാകെ മാറ്റിമറിക്കാൻ ശ്രമിക്കുന്ന ഒരു വിപ്ളവകാരിയുടെ ദൃഢനിശ്ചയത്തോടും കൂടി വിശകലനം ചെയ്യുക; അതിവേഗം വാർധക്യത്തിലേക്ക് നീങ്ങി അന്ത്യശ്വാസം വലിക്കാൻ പോകുന്ന ഒരു ജീവിയാണ് മുതലാളിത്തമെന്ന് തികച്ചും യുക്തിസഹമായി തെളിയിക്കുക–ഇതാണ് മാർക്സിന്റെയും എംഗൽസിന്റെയും സംഭാവന.

വസ്തുതകളിലേക്കാണ്ടിറങ്ങിച്ചെന്നുകൊണ്ട്, മാർക്സ് നടത്തിയ ഗവേഷണത്തിന്റെ ഫലമാണ്, *മൂലധനം*. അതിന്റെതന്നെ വിവിധ വശങ്ങളെക്കുറിച്ച് വിവിധ രൂപത്തിൽ വിശകലനം നടത്താൻ എംഗൽസും മാർക്സും തന്നെയും മറ്റനവധി ഗ്രന്ഥങ്ങൾ, ലേഖനങ്ങൾ, കത്തുകൾ, കുറിപ്പുകൾ മുതലായവയിലൂടെ ശ്രമിക്കുകയുണ്ടായി.

ഈ ജോലിയെല്ലാം പണ്ഡിതോചിതമായ രീതിയിൽ ചെയ്തുകൊണ്ടിരുന്നപ്പോൾ തന്നെ, അതിന്റെ ഭാഗമെന്ന നിലക്ക്, സ്വന്തം രാജ്യമായ ജർമനിയിലും, മറ്റ് യൂറോപ്യൻ രാജ്യങ്ങളിലും, ആയുഷ്കാലത്തിന്റെ നല്ലൊരു ഭാഗം ചെലവഴിക്കേണ്ടിവന്ന ഇംഗ്ലണ്ടിലും വളർന്നുകൊണ്ടിരുന്ന വിപ്ളവപ്രസ്ഥാനത്തിൽ പങ്കുകൊള്ളാനും ആ പ്രായോഗിക വിപ്ളവകാരികൾ ശ്രമിച്ചിരുന്നു.

ഈ പ്രായോഗിക വിപ്ളവപ്രവർത്തനത്തിന്റെ അനുഭവം തങ്ങളുടെ താത്വികപ്രവർത്തനത്തിലും താത്വികപ്രവർത്തനത്തിന്റെ അനുഭവം പ്രായോഗിക പ്രവർത്തനത്തിലും പ്രതിഫലിപ്പിച്ചു. തത്വത്തെയും പ്രയോഗത്തെയും ഇണക്കിയതാണ് അവരുടെ മികച്ച നേട്ടം.

പിന്നീട് മാർക്സിസത്തെ പുഷ്ടിപ്പെടുത്തുകയും നവീകരിക്കുകയും ചെയ്ത ലെനിനും സ്വന്തം രാജ്യമായ റഷ്യയിലെയും യൂറോപ്പിലെയും അനുഭവങ്ങളെ ആസ്പദമാക്കിയാണ് തന്റെ സുപ്രസിദ്ധമായ വിപ്ളവസിദ്ധാന്തങ്ങൾ ആവിഷ്കരിച്ചത്. ചൈന, ക്യൂബ, വിയത്നാം മുതലായ അടുത്തകാലത്ത് വിപ്ലവം നടന്ന രാജ്യങ്ങളിലെല്ലാം ഇതേപോലെ വിപ്ളവസമരങ്ങളുടെ അനുഭവങ്ങളെ ആസ്പദമാക്കി വിപ്ളവസിദ്ധാന്തങ്ങൾ വളർത്തുകയും പുഷ്ടിപ്പെടുത്തുകയും ചെയ്തിട്ടുണ്ട്.

അങ്ങനെയാണ് മാർക്സിസം–ലെനിനിസം ഒരു ശാസ്ത്രവും കലയുമായി വളർന്ന് വന്നിട്ടുള്ളത്.

ശാസ്ത്രവിജ്ഞാനത്തിന്റെ എല്ലാ ശാഖകളിലും വമ്പിച്ച പുരോഗതി ഉണ്ടായിക്കൊണ്ടിരുന്ന ഒരു കാലഘട്ടത്തിലാണ് മാർക്സും എംഗൽസും ജനിച്ചത്. *കമ്യൂണിസ്റ്റ് മാനിഫെസ്റ്റോ*വിൽ ചൂണ്ടിക്കാണിച്ചതുപോലെ, കഴിഞ്ഞ ഒരു നൂറ്റാണ്ടുകാലത്ത് ശാസ്ത്രവിജ്ഞാനത്തിലും സാങ്കേതികമാർഗങ്ങളിലും വന്ന വിപ്ളവകരമായ മാറ്റവുമായി താരതമ്യപ്പെടുത്തുമ്പോൾ അതിനുമുമ്പ് മനുഷ്യസമൂഹത്തിന്റെ ചരിത്രത്തിലാകെ ഉണ്ടായ മാറ്റങ്ങൾ നിസാരമായിത്തോന്നും; പ്രകൃതിശാസ്ത്രശാഖകൾ മുഴുവൻ അതിവേഗം വളരുകയായിരുന്നു. അതേവരെ ഇല്ലാതിരുന്ന പുതിയ പല ശാഖകളും രൂപം പ്രാപിക്കുകയായിരുന്നു. പോരെങ്കിൽ ശാസ്ത്രീയ വിജ്ഞാനത്തിന്റെ പരിധിയിൽ പെടാത്തതെന്ന് അതേവരെ കരുതപ്പെട്ടിരുന്ന സാമൂഹ്യജീവിതത്തിന്റെ വിവിധ രംഗങ്ങളും ശാസ്ത്രീയമായ അപഗ്രഥനത്തിനും ഗവേഷണത്തിനും വിധേയമാകാൻ തുടങ്ങിയിരുന്നു.

ഇതിന്റെയെല്ലാം അനുഭവം ഉൾക്കൊണ്ടുകൊണ്ടാണ് മാർക്സും എംഗൽസും തങ്ങളുടെ പുതിയ സിദ്ധാന്തത്തിന് രൂപം നൽകിയത്. അതുകൊണ്ട് സ്വാഭാവികമായി ശാസ്ത്രീയ വിജ്ഞാനത്തിന്റെ മുദ്ര അവരുടെ സോഷ്യലിസ്റ്റ് ചിന്താഗതിയിൽ മായാത്തവിധം പതിഞ്ഞു.

പ്രകൃതിശാസ്ത്രത്തിന്റെ ശാഖകളിലോരോന്നിലും പ്രത്യേകം പ്രത്യേകമായി ഗവേഷണം നടത്തുകയോ അവർക്ക് പുതിയ മുതൽക്കൂട്ടുണ്ടാക്കുകയോ ചെയ്യാൻ മാർക്സോ എംഗൽസോ ശ്രമിച്ചിട്ടില്ല. എന്നാൽ പ്രകൃതിശാസ്ത്രത്തിലാകെ നിയാമകമായി നിൽക്കുന്ന അഥവാ പ്രകൃതിശാസ്ത്രമാകെ മനുഷ്യനു നൽകുന്ന വിജ്ഞാനത്തിന്റെ പൊതുരൂപമെന്ന് വിളിക്കാവുന്ന ഒരു പൊതു പ്രപഞ്ചവീക്ഷണമുണ്ട്. അതിനാണ് 'ദർശനം' എന്നു പറയുന്നത്. ഇതു സംബന്ധിച്ച പുതുതും വിപ്ളവകരവുമായ ഒരു സമീപനം അവർ അംഗീകരിച്ചു. അതിന്റെ പേരാണ് 'വൈരുധ്യാത്മകമായ ഭൗതികവാദം'.

ഭൗതികവാദത്തിന്റെ പ്രപഞ്ചവീക്ഷണം

നാം അധിവസിക്കുന്ന ഈ പ്രപഞ്ചം യഥാർഥത്തിൽ ഉള്ളതാണോ? അതോ, അതുണ്ടെന്ന് നമുക്ക് തോന്നുകയാണോ?

അസംബന്ധമെന്ന് തോന്നാവുന്ന ഒരു ചോദ്യമാണിത്. എന്നാൽ ഇത്തരം ചോദ്യങ്ങളോടുകൂടിയാണ് മനുഷ്യന്റെ തത്വചിന്ത തുടങ്ങിയത്.

തനിക്ക് ചുറ്റുമുള്ള – തന്റെ നിത്യജീവിതത്തെ പ്രത്യക്ഷമായി ബാധിക്കുന്ന–സൂര്യൻ, ചന്ദ്രൻ, ഇടിയും മഴയും, കടലും നദികളും മുതലായവയെല്ലാം കണ്ട് അമ്പരന്നു നിൽക്കുകയും അവയെയെല്ലാം ഭയബഹുമാനങ്ങളോടെ സമീപിക്കുകയുമായിരുന്നു മനുഷ്യന്റെ ആദ്യ

കാല സമ്പ്രദായം. അതിനെ തുടർന്ന് ക്രമേണ മനുഷ്യൻ പ്രകൃതിയെക്കുറിച്ച് ചിന്തിക്കാൻ തുടങ്ങി. അന്ന് അയാളുടെ മനസിലുദിച്ച സംശയമാണ് മുകളിൽ സൂചിപ്പിച്ചത്.

ആദ്യകാലത്തെല്ലാം ഈ ചോദ്യത്തിന് മനുഷ്യൻ നൽകിയ മറുപടി ഈ പ്രപഞ്ചമാകെ മായയാണ്, മിഥ്യയാണ് എന്നത്രെ. ഈ ധാരണക്ക് യുക്തിയുടെ രൂപം നൽകാൻ ലോകത്തെല്ലായിടത്തുമുള്ള പുരാതനകാലത്തെ ദാർശനികർ ശ്രമിച്ചിട്ടുണ്ട്. നമ്മുടെ ഇന്ത്യയിലും പുരാതന ഹൈന്ദവ ദാർശനികർ അതിനാണ് ശ്രമിച്ചത്.

ലോകത്തിലെങ്ങുമുള്ള ദാർശനികരിൽ ബഹുഭൂരിപക്ഷവും ഈ വഴിക്കു ചിന്തിച്ചിരുന്നു. എന്നാൽ അക്കാലത്തുതന്നെ ഈ നിലപാടിനെ ശക്തിയായെതിർത്തുകൊണ്ട് നമുക്കു ചുറ്റുമുള്ള ബാഹ്യപ്രപഞ്ചം യഥാർഥമാണെന്ന് വാദിച്ച മറ്റൊരു വിഭാഗം ദാർശനികർ എല്ലാ രാജ്യത്തും ഉണ്ടായിട്ടുണ്ട്. ആശയവാദത്തിന്റെ, കേന്ദ്രമെന്ന് പ്രകീർത്തിക്കപ്പെടുന്ന ഇന്ത്യയിൽ തന്നെ പുരാതന ഹൈന്ദവ ദാർശനികരുടെ കൂട്ടത്തിൽ ലോകായതൻമാർ എന്ന പേരിൽ അറിയപ്പെടുന്ന ഭൗതികവാദികളായ ഒരു വിഭാഗക്കാർ ഉണ്ടായിരുന്നതിന് തെളിവുകളുണ്ട്.

രണ്ടു തരത്തിലുള്ള ഈ പ്രപഞ്ചവീക്ഷണങ്ങൾക്കാണ് ആശയവാദമെന്നും ഭൗതികവാദമെന്നും പറയുന്നത്. പുരാതന–മധ്യയുഗങ്ങളിൽ ആശയവാദത്തിനാണ് കൂടുതൽ സ്വാധീനം ചെലുത്താൻ കഴിഞ്ഞിരുന്നതെങ്കിലും, ഭൗതികവാദത്തിന്റെ ശക്തി കൂടിക്കൂടി വരികയാണ്. എന്നാൽ, അന്നെന്നപോലെ ഇന്നും ഈ രണ്ടു പ്രപഞ്ചവീക്ഷണങ്ങളും തമ്മിൽ മത്സരം നടന്നുകൊണ്ടിരിക്കുന്നുണ്ട്. ആശയവാദത്തിന് കൂടുതൽ സ്വാധീനമുണ്ടായിരുന്ന പുരാതന–മധ്യയുഗങ്ങളിൽ ഭൗതികവാദവും നിലനിന്നിരുന്നു. അതുപോലെ ഭൗതികവാദം മുന്നേറിക്കൊണ്ടിരിക്കുന്ന ഇന്നും ആശയവാദത്തിന് ഗണ്യമായ സ്വാധീനശക്തി ചെലുത്താൻ കഴിയുന്നുണ്ട്. അതിനെ ഉറച്ചെതിർത്തു തോൽപ്പിക്കാൻ ശ്രമിച്ചാലല്ലാതെ ശാസ്ത്രീയമായ ഒരു പ്രപഞ്ചവീക്ഷണം വളർന്ന് രൂപം കൊള്ളുകയില്ല.

എന്തുകൊണ്ടാണ് ആശയവാദത്തിന്റെ സ്വാധീന ശക്തി കാലക്രമേണ കുറഞ്ഞുപോയത്? എന്തുകൊണ്ടാണ് അതിനിന്നും കുറേയെല്ലാം സ്വാധീനം ചെലുത്താൻ കഴിയുന്നത്?

ആശയവാദത്തിന്റെ പൂർണമായ രൂപം മായാവാദമാണല്ലോ–നമ്മുടെ ചുറ്റും ഉണ്ടെന്നുതോന്നുന്ന പ്രകൃതി പദാർഥങ്ങൾ യഥാർഥത്തിൽ ഇല്ല, ഉണ്ടെന്നു തോന്നുകയാണ്, എന്ന ധാരണ. ഇതിനുള്ള ഫലപ്രദമായ മറുപടി മനുഷ്യന്റെ ദൈനംദിന ജീവിതാനുഭവം തന്നെയാണ്. നമ്മുടെ മനസിലും ഭാവനയിലും രൂപംകൊള്ളുന്ന പല പദാർഥങ്ങളുമുണ്ട്. എന്നാൽ അവയിൽ ചിലതിന് പ്രായോഗിക ജീവിതത്തിൽ രൂപംകൊടുക്കുവാൻ നാം എത്ര ശ്രമിച്ചാലും കഴിയുന്നില്ല. നേരെ മറി

ച്ച്, വേറെ ചിലത് നാം ആശിക്കുകയോ പ്രതീക്ഷിക്കുകയോ ചെയ്യാതെ തന്നെ രൂപംകൊള്ളുന്നു.

ഒരു ചക്കക്കുരു എടുത്ത് കുഴിച്ചിട്ടാൽ അതിൽനിന്ന് പ്ലാവിൻ തൈ മാത്രമെ മുളക്കുകയുള്ളു. "ഇതൊരു മാവിൻതൈ ആകണ"മെന്ന് പ്രാർഥിച്ചതുകൊണ്ടൊന്നും അതൊരു മാവിൻതൈ ആകില്ല, ഞാനൊരു ധനികനായിത്തീരണമേ എന്നു പ്രാർഥിക്കുന്നവർ മുഴുവൻ ധനികരാകുമെങ്കിൽ ലോകത്തുള്ള ദരിദ്രർ എന്നൊരു വിഭാഗമേ ഉണ്ടാവില്ല.

ഇങ്ങനെ നിരവധി നിത്യജീവിതാനുഭവങ്ങൾ എടുത്തു പരിശോധിച്ചാൽ അവയിൽ നിന്നെല്ലാം ഒരു വാസ്തവം നാം കണ്ടെത്തുന്നു: നമ്മുടെയെല്ലാം ഭാവനക്ക് അതീതമായി ചില ബാഹ്യയാഥാർഥ്യങ്ങൾ നിലവിലുണ്ട്. അവയിൽ ചിലവ വേറെ ചിലവക്ക് കാരണവും ഇനിയും ചിലവയുടെ ഫലവുമായിട്ടാണ് പ്രത്യക്ഷപ്പെടുന്നത്. ഇതെല്ലാം കണ്ട് മനസിലാക്കിയ മനുഷ്യൻ അവയിൽനിന്നുള്ള അനുഭവം ഉൾക്കൊണ്ടുകൊണ്ട് പല ഭൗതിക പദാർഥങ്ങളും തന്റെ പ്രായോഗിക പ്രവർത്തനത്തിന് വിഷയമാക്കാൻ തുടങ്ങി. അതിന്റെ ഫലമായി അവയ്ക്ക് രൂപഭേദം വന്നു. ചില ബാഹ്യപദാർഥങ്ങളില്ലാതായി. ഇതേവരെ ഇല്ലാതിരുന്ന വേറെ ചിലവ പുതിയതായി രൂപം പ്രാപിച്ചു.

ഇങ്ങനെ നിലവിലുള്ള പലതിനും രൂപഭേദം വരുത്താനും വേറെ ചിലതിനെ നശിപ്പിക്കാനും ഇല്ലാത്ത ചിലവ ഉണ്ടാക്കാനും മനുഷ്യന് കഴിയുമെങ്കിൽ ഈ പ്രപഞ്ചം വെറും മായയും മിഥ്യയുമാണെന്നെങ്ങനെ പറയാൻ കഴിയും?

എന്നാൽ, അനുഭവത്തിലൂടെ പ്രപഞ്ച യാഥാർഥ്യം മനസിലാക്കാനും ഭൗതികപദാർഥങ്ങളെ എടുത്ത് പെരുമാറാനും മനുഷ്യനുള്ള കഴിവ് പരിമിതമാണ്. വിവിധ ശാസ്ത്രശാഖകൾ എത്ര പുരോഗമിച്ചാലും അവയിലൂടെ മനുഷ്യൻ നേടുന്ന ജ്ഞാനത്തിന് വ്യക്തമായ പരിമിതികളുണ്ട്. തനിക്ക് മനസിലാക്കാൻ കഴിയുന്നതിനേക്കാൾ എത്രയോ കൂടുതൽ കാര്യങ്ങൾ ഇനിയും മനസിലാക്കാതെയുണ്ട്. ബഹിരാകാശത്തേക്ക് പറന്നു ചെല്ലുവാനും മറ്റു ഗോളങ്ങളിലും ഗ്രഹങ്ങളിലും നടക്കുന്നതെന്തെന്ന് മനസിലാക്കാനും മറ്റും മനുഷ്യനുള്ള കഴിവ് അന്യാദൃശമായി വളർന്നു കഴിഞ്ഞ ഈ അധുനാതുന യുഗത്തിൽപോലും മനുഷ്യന്റെ വിജ്ഞാനത്തിന്റെ പരിധിക്കപ്പുറം വിശാലമായൊരു അജ്ഞാതലോകം പരന്ന് കിടക്കുന്നുണ്ട്.

ഈ സാഹചര്യത്തിലാണ് പഴയ ആശയവാദംതന്നെ പുതിയ രൂപങ്ങളിൽ പ്രത്യക്ഷപ്പെടുന്നത്. പ്രപഞ്ചം മായയാണെന്നോ ഭാവനാനിർമിതമാണെന്നോ ഉള്ള പ്രാകൃതരൂപത്തിൽ ആശയവാദം പ്രത്യക്ഷപ്പെടുന്നില്ല. ശാസ്ത്രീയജ്ഞാനം നൽകുന്ന അറിവ് യഥാർഥവും സത്യസന്ധവും ആണെന്നുപോലും അത് സമ്മതിച്ചുതരും. പക്ഷെ, ശാസ്ത്രവിജ്ഞാനത്തിന് പരിധി ഇല്ലെ? അതിനപ്പുറമെന്ത്? ഇതാണ് ഇന്ന് ആശ

യവാദം ചോദിക്കുന്നത്.

അങ്ങനെ ശാസ്ത്രവിജ്ഞാനത്തിന്റെ പരിധിക്കുള്ളിൽ ഭൗതികവാദത്തിന് ധാരാളം പ്രസക്തി ഉണ്ടെങ്കിലും അതിനപ്പുറത്ത് ആശയവാദത്തിനാണ് പ്രസക്തിയുള്ളതെന്ന് വിശ്വവിഖ്യാതരായ ശാസ്ത്രകാരൻമാരിൽ ചിലർപോലും പറയുന്നു. ഇന്നത്തെ ശാസ്ത്രകാരലോകം പരിശോധിച്ചാൽ വ്യക്തമായി കാണാവുന്ന ഒരു പരമാർഥമാണ് അവരിൽ ഗണ്യമായ ഒരു വിഭാഗത്തിന്റെ ഇരട്ടസ്വഭാവം. അവരുടെ സവിശേഷ പ്രവർത്തനരംഗമായ ശാസ്ത്രശാഖയിലൊതുങ്ങി നിൽക്കുന്ന സമയത്ത് മുഴുവൻ അവർ ഭൗതികവാദികളെപ്പോലെ ചിന്തിക്കുകയും പ്രവർത്തിക്കുകയും ചെയ്യുന്നു. അതിന്റെ പരിധിവിട്ട് പൊതുപ്രപഞ്ചവീക്ഷണത്തിന്റെ പരിധിയിലെത്തിയാലുടൻ അവർ ആശയവാദികളാകുന്നു.

അതുകൊണ്ട്, മനുഷ്യജ്ഞാനത്തിന് അപ്രാപ്തമായ യാതൊരു ലോകവുമില്ലാത്ത സ്ഥിതി വരുമ്പോൾ മാത്രമേ ആശയവാദം ഇല്ലാതാവൂ, എന്ന് പറയാമോ? അങ്ങനെ കരുതുന്നത് അസംബന്ധം ആയിരിക്കും. എന്തുകൊണ്ടെന്നാൽ, മനുഷ്യവിജ്ഞാനം എത്ര വളർന്നുകഴിഞ്ഞാലും ആ വളർന്ന വിജ്ഞാനത്തിന്റെയും പരിധിക്കപ്പുറത്ത് അതിന് അപ്രാപ്തമായ ഒരു ലോകം പിന്നെയും ബാക്കിയുണ്ടാകും. നൂറ്റാണ്ടുകൾക്ക് മുമ്പ്, ദശാബ്ദങ്ങൾക്കുപോലും മുൻപ്, അജ്ഞാതമായിരുന്ന പല രംഗങ്ങളിലും ഇന്ന് ശാസ്ത്രം പ്രവർത്തിക്കുന്നു എങ്കിൽ, ഇന്ന് അജ്ഞാതമായ പലതിലും ഒരു ദശാബ്ദത്തിനുശേഷം അത് പ്രവർത്തിക്കുന്നതായിരിക്കും. ഇങ്ങനെ നിരവധി ദശാബ്ദങ്ങളും ശതാബ്ദങ്ങളും കടന്നുപോയിക്കഴിയുമ്പോൾ അജ്ഞാതലോകത്തിന്റെ പരിധി ചുരുങ്ങുകയും വിജ്ഞാനപരിധി വികസിക്കുകയും ചെയ്യുമെങ്കിലും അജ്ഞാതലോകം പിന്നെയും ബാക്കി നിൽക്കും. നാമെത്ര മുന്നോട്ട് പോയാലും നമ്മിൽ നിന്നകന്നുപോവുന്ന ചക്രവാളം പോലെയാണ് മനുഷ്യന്റെ ജ്ഞാനമേഖല.

അതുകൊണ്ട് അജ്ഞാതലോകം ഇല്ലാതാകുന്ന ഒരു കാലഘട്ടത്തെ പറ്റി സ്വപ്നം കാണുകയല്ല യഥാർഥ ശാസ്ത്രജ്ഞൻമാർ ചെയ്യേണ്ടത്. പിന്നെയോ, അജ്ഞാതലോകം ചുരുങ്ങി വന്നതിന്റെയും വിജ്ഞാനപരിധി വിപുലമായതിന്റെയും ഇതേവരത്തെ അനുഭവത്തിൽ നിന്ന് ഇന്നും ബാക്കി നിൽകുന്ന അജ്ഞാത ലോകത്തിന്റെ സ്വഭാവത്തെക്കുറിച്ച് ശരിയായ ധാരാണയുണ്ടാക്കുകയാണ്. ഇതാണ് മാർക്സും എംഗൽസും ചെയ്തത്.

മറ്റെല്ലാ ഭൗതികവാദികളെയും പോലെ മാർക്സും എംഗൽസും ബാഹ്യപ്രപഞ്ചം യഥാർഥമാണെന്ന ധാരണയിൽ അടിയുറച്ചുനിന്നു. മാത്രമല്ല ഭാവനയും വികാരങ്ങളും വിചാരങ്ങളുമെല്ലാം ഭൗതികപ്രപഞ്ചത്തിന്റെ വളർച്ചയിൽ നിന്ന് രൂപംകൊണ്ട് വന്നവയാണെന്നുകൂടി അവർ വ്യക്തമാക്കി. ഭാവനയിൽ നിന്നും വികാരവിചാരങ്ങളിൽ നിന്നും

ഭൗതിക പദാർഥങ്ങൾ രൂപം കൊള്ളുകയല്ല നേരെമറിച്ച് ഭൗതികപദാർഥങ്ങളിൽ നിന്ന് ഭാവനയും വിചാരവികാരങ്ങളും ജന്മമെടുക്കുകയാണ് എന്ന് അവർ ചൂണ്ടിക്കാണിച്ചു. അജ്ഞാതമായി കിടക്കുന്ന പരിധികളിൽപോലും വിജ്ഞാനത്തിന് കടന്നുചെല്ലാനും ആധിപത്യം നേടാനും കഴിയുമെന്നുമാത്രമല്ല, ഇന്ന് അജ്ഞാതമായി കിടക്കുന്ന അവിടങ്ങളിൽ പോലും ഭൗതികപദാർഥങ്ങളാണ് പ്രാഥമികമായി നില നിന്ന് പ്രവർത്തിക്കുന്നതെന്നും കൂടി ഉറപ്പിച്ചു പറഞ്ഞു.

അതോടൊപ്പം അതേവരെ നിലവിലിരുന്ന ഭൗതികവാദത്തിലെ ഒരു പ്രധാന ദൗർബല്യം പരിഹരിക്കാൻകൂടി അവർ ശ്രമിച്ചു. ഇതാണ് ദർശനത്തിന്റെ പരിധിയിൽ മാർക്സും എംഗൽസും നൽകിയ സംഭാവന.

മാർക്സും എംഗൽസും ജീവിച്ചിരുന്ന കാലത്തും അതിനുമുമ്പും നിലവിലിരുന്ന ഭൗതികവാദം പ്രപഞ്ചത്തിലെ ചില മുഖ്യമായ യാഥാർഥ്യങ്ങളുടെ മുമ്പിൽ നിസ്സഹായമായിരുന്നു. മനുഷ്യന്റെ ഭാവനക്കും വികാരവിചാരങ്ങൾക്കും അടിസ്ഥാനമായി നിൽക്കുന്നത് ഭൗതികപദാർഥങ്ങളാണെന്ന സത്യത്തിൽ ഊന്നി നിന്നിരുന്ന അവർക്ക് ഭൗതിക പദാർഥങ്ങളിൽ നിന്ന് ഈ ഭൗതികേതര പ്രപഞ്ചം എങ്ങനെ ഉളവായി എന്ന് വ്യക്തവും യുക്തിയുക്തവുമായി വിശദീകരിക്കാൻ കഴിഞ്ഞില്ല.

മനുഷ്യന്റെ ദേഹം ഭൗതികപദാർഥങ്ങളുടെ ഒരു സംഘടിതരൂപമാണ്. പക്ഷെ, കുറെ പദാർഥങ്ങളുടെ സംഘടിതരൂപങ്ങളിൽ നിന്ന് വിവിധ രൂപങ്ങളിലുള്ള ഭൗതികേതര യാഥാർഥ്യങ്ങൾ എങ്ങനെയുണ്ടാകുന്നു? ഒരു വ്യക്തിയിൽ പ്രതിഭ കൂടുതലും മറ്റൊരാളിൽ കുറവും; വ്യക്തിയുടെ ഭൗതികഘടനയുടെ കാര്യത്തിൽ പറയത്തക്ക യാതൊരു വ്യത്യാസവുമില്ലാത്ത ആൾ ഒരു മഹാപുരുഷനാവുകയും അയാളുടെ സമകാലീനൻമാർ മുഴുവൻ താഴെക്കിടയിൽ നിൽക്കുകയും ചെയ്യുന്നതെന്തുകൊണ്ട്? ഇതിനൊന്നും ഒരു മറുപടിയും നൽകാൻ പഴയ ഭൗതികവാദത്തിന് കഴിഞ്ഞിരുന്നില്ല.

അന്നത്തെ ഭൗതികവാദത്തിനുണ്ടായിരുന്ന ഈ പഴുതിലൂടെയാണ് ആശയവാദം കടന്നുവന്നത്. ഭൗതികേതര യാഥാർഥ്യങ്ങൾ മനസ്, ബുദ്ധിശക്തി, അതിന്റെ പ്രവർത്തനത്തിൽ നിന്നുണ്ടാകുന്ന സാമൂഹ്യജീവിതം, അതിനെ പ്രതിഫലിപ്പിക്കുന്ന കലാ–സാംസ്കാരിക ജീവിതങ്ങൾ എന്നിവ–ഭൗതികപദാർഥങ്ങളെപോലെ യഥാർഥമല്ല, അവയെല്ലാം മായയോ മിഥ്യയോ ആണ് എന്ന് പറയാൻ ശ്രമിക്കുന്ന ഭൗതികവാദികൾ–അങ്ങനെ ഒരു വിഭാഗമുണ്ടെങ്കിൽ–ഭൗതിക പ്രപഞ്ചം മായയോ മിഥ്യയോ ആണെന്ന് പറയുന്ന ആശയവാദികളെ പോലെ തന്നെ അസംബന്ധമായ ഒരു നിലപാടാണ് എടുക്കുന്നത്. അതുകൊണ്ട് ഭൗതികവാദത്തിന് അതിന്റെ നിലയുറപ്പിക്കാൻ കഴിയണമെങ്കിൽ ഈ ഭൗതികേതര യാഥാർഥ്യങ്ങളുടെ ഉത്ഭവസ്ഥാനമായ

ഭൗതികപ്രപഞ്ചം എങ്ങനെ വളരുന്നു എന്നും ആ വളർച്ച എങ്ങനെ ഭൗതികേതര പ്രപഞ്ചത്തിന് രൂപം നൽകുന്നു എന്നും യുക്തിസഹമായി വിശദീകരിക്കാൻ കഴിയണം. ഇത് ചെയ്യാൻ പഴയ ഭൗതികവാദത്തിന് കഴിഞ്ഞില്ല. അതുകൊണ്ടു ഭൗതികേതര യാഥാർഥ്യങ്ങൾ ചൂണ്ടിക്കാണിച്ചു കൊണ്ട് ഭൗതികവാദത്തിന്റെ അപര്യാപ്തത തുറന്ന് കാണിക്കാൻ ആശയവാദികൾക്ക് കഴിഞ്ഞു.

മനുഷ്യന്റെ സാമൂഹ്യവളർച്ചയുടെ ഒരു ഘട്ടത്തിൽ ആശയവാദം ആദ്യമായി രൂപം കൊണ്ടത് എങ്ങനെയെന്ന് *വാനരനിൽനിന്ന് നരനിലേക്കുള്ള പരിവർത്തനത്തിൽ അധ്വാനത്തിന്റെ പങ്ക്* എന്ന പ്രബന്ധത്തിൽ എംഗൽസ് വിവരിക്കുന്നു.

> കൈകളുടെയും സംസാരിക്കുന്നതിനുള്ള അവയവങ്ങളുടെയും തലച്ചോറിന്റെയും കൂട്ടായ പ്രവർത്തനത്തിന്റെ ഫലമായി വ്യക്തികളിൽ മാത്രമല്ല സമൂഹത്തിൽ ഒട്ടാകെത്തന്നെ, മനുഷ്യൻ കൂടുതൽ കൂടുതൽ ഉയർന്ന ലക്ഷ്യങ്ങൾ ഉന്നംവെച്ച് പ്രവർത്തിക്കുന്നതിനുള്ള കഴിവ് സ്വായത്തമാക്കി. ഓരോ തലമുറ കഴിയുംതോറും അധ്വാനം കൂടുതൽ വ്യത്യസ്തവും കൂടുതൽ സമ്പൂർണവും വൈവിധ്യമുള്ളതും ആയിത്തീർന്നു. നായാട്ടിനും, കന്നുകാലി വളർത്തലിനും പുറമെ കൃഷി ആരംഭിച്ചു. തുടർന്ന് നൂൽനൂൽപ്പും നെയ്ത്തും ലോഹപ്പണിയും പാത്രനിർമാണവും കപ്പലോട്ടവും ഒക്കെ ആവിർഭവിച്ചു. വാണിജ്യം, വ്യവസായം എന്നിവയോടൊപ്പം അവസാനം കലയും ശാസ്ത്രവും രൂപംകൊണ്ടു. ഗോത്രങ്ങൾ വികസിച്ചു. ദേശങ്ങളും ഉണ്ടായി. നിയമങ്ങളും രാഷ്ട്രതന്ത്രവും രൂപമെടുത്തു. അവയോടൊപ്പംതന്നെ മാനുഷികമായ കാര്യങ്ങൾ മനുഷ്യമനസിൽ പതിയുമ്പോഴുണ്ടാകുന്ന അവിശ്വസനീയമായ പ്രതിബിംബവും – മതം – രൂപം കൊണ്ടു. മനുഷ്യമനസിന്റെ തന്നെ ഉൽപ്പന്നങ്ങളാണെങ്കിലും മനുഷ്യസമൂഹങ്ങളെ മുഴുവൻ അടക്കിവാഴുന്നതായി തോന്നിക്കുന്ന ഈ സൃഷ്ടികളുടെ ആവിർഭാവത്തോടെ അധ്വാനിക്കുന്ന കയ്യിന്റെ എളിയ പ്രവർത്തനങ്ങൾ അവഗണിക്കപ്പെട്ടു. പ്രത്യേകിച്ചും സമൂഹത്തിന്റെ തന്നെ. (ഉദാഹരണത്തിന് പ്രാകൃത കുടുംബങ്ങളിൽ) അധ്വാനം ആസൂത്രണം ചെയ്തിരുന്ന മനസിന് ആസൂത്രണം ചെയ്തുകഴിഞ്ഞ അധ്വാനം സ്വന്തം കൈ ഉപയോഗിക്കാതെ *മറ്റു കൈകളെക്കൊണ്ട് നിർവഹിപ്പിക്കാൻ കഴിയുമെന്ന് വന്നതോടെ സംസ്കാരത്തിന്റെ ദ്രുതഗതിയിലുള്ള മുന്നേറ*

ത്തിനുള്ള എല്ലാ അംഗീകാരവും ബോധത്തിനും തലച്ചോറിന്റെ വികാസപ്രവർത്തനങ്ങൾക്കും നൽകപ്പെട്ടു. മനുഷ്യർ തങ്ങളുടെ പ്രവർത്തനങ്ങളെ സ്വന്തം ആവശ്യങ്ങളുടെ വെളിച്ചത്തിൽ എന്നതിനുപകരം സ്വന്തം ചിന്തയുടെ വെളിച്ചത്തിൽ വിശദീകരിക്കുന്ന സ്വഭാവം കൈവരിച്ചു, (ബോധമനസിൽ ആവശ്യങ്ങൾ പ്രതിഫലിപ്പിക്കപ്പെടാറുണ്ട് എന്നത് ശരിതന്നെ) അങ്ങനെ പ്രത്യേകിച്ചും ആദിമകാലഘട്ടത്തിന്റെ അവസാനത്തോടെ മനുഷ്യമനസുകളെ മുഴുവൻ കീഴ്പ്പെടുത്തിയ ആശയവാദപരമായ ഒരു വീക്ഷണഗതി ഉയർന്നുവന്നു, അതിൽനിന്ന് മനുഷ്യൻ ഇനിയും പൂർണമായ മോചനം നേടിയിട്ടില്ല. തൻമൂലം ഭൗതികവാദത്തിൽ ഏറ്റവുമധികം വിശ്വസിക്കുന്ന ഡാർവിന്റെ പിൻതുടർച്ചക്കാരായ ജൈവശാസ്ത്രജ്ഞൻമാർക്കുപോലും മനുഷ്യന്റെ ഉദ്ഭവത്തെപ്പറ്റി വ്യക്തമായ ഒരു ധാരണ രൂപീകരിക്കാൻ ഇനിയും കഴിഞ്ഞിട്ടില്ല, അതിന്റെ സ്വാധീനം നിമിത്തം ഈ പരിണാമത്തിൽ അധ്വാനം വഹിച്ചിട്ടുള്ള പങ്ക് മനസിലാക്കാൻ അവർക്ക് കഴിഞ്ഞില്ല എന്നതാണ് ഇതിന് കാരണം.

മാർക്സും എംഗൽസും നടത്തിയ ഭൗതിക വ്യാഖ്യാനം രൂപംകൊള്ളുന്നതുവരെ മതത്തിന്റെ ഉദ്ഭവം സംബന്ധിച്ച് രണ്ടു ധാരണകളാണുണ്ടായിരുന്നത്. (1) മതം ദൈവസൃഷ്ടിയാണ് (ദൈവികതാവാദികൾ); (2) മനുഷ്യന്റെ അജ്ഞതയിൽ നിന്നുണ്ടായതാണ് മതം (ബൂർഷ്വായുക്തിവാദികൾ). ഈ രണ്ടു ധാരണകളെയും തിരുത്തിയതാണ് മാർക്സ്–എംഗൽസ് ചിന്തയുടെ സംഭാവന. പ്രകൃതിയോട് മല്ലിടുന്ന മനുഷ്യൻ തന്റെ സമരത്തിന്റെ ഒരു ഘട്ടത്തിൽ കരുപ്പിടിപ്പിച്ചതാണ് മതം–ശാസ്ത്രം പോലെതന്നെ–ഇതാണ് ചരിത്രപരമായ ഭൗതികവാദം.

തലച്ചോറ്, അതിനെ മറ്റവയവങ്ങളുമായി ഘടിപ്പിക്കുന്ന ഞരമ്പുകൾ മുതലായി ചില ഭൗതികപദാർഥങ്ങൾ ദേഹത്തിന്റെ ഭാഗമായി പ്രവർത്തിക്കുന്നുണ്ടെന്നതിന് സംശയമില്ല. അതും മാനസികപ്രവർത്തനങ്ങളും തമ്മിൽ ബന്ധമുണ്ടെന്നതും നിർവിവാദമത്രെ.

ഇതാണ്, ഇതുമാത്രമാണ്, ചരിത്രപരമായ ഭൗതികവാദത്തിന്റെ സഹായമില്ലാതെ നിരീക്ഷണ ഗവേഷണാദികൾ നടത്തുന്ന ശാസ്ത്രകാരനും യുക്തിവാദിയും കാണുന്ന സത്യം. ചരിത്രപരമായ ഭൗതികവാദമാകട്ടെ, ഇതിൽനിന്ന് മുമ്പോട്ടുപോയി ചോദിക്കുന്നു: എന്താണ് മനസ്, ബുദ്ധി, വികാരങ്ങളും വിചാരങ്ങളും? കലാപരവും ശാസ്ത്രവിജ്ഞാനപരവുമായ കഴിവുകൾ മനുഷ്യനെവിടെനിന്ന് കിട്ടുന്നു? പ്രതിഭാശാലികളായ മഹാൻമാരും സാധാരണ മനുഷ്യരും തമ്മിലുള്ള

വ്യത്യാസത്തിനു കാരണമെന്താണ്? ഈ ചോദ്യങ്ങൾക്ക് ഉത്തരം കാണുന്നതിലാണ് വൈരുധ്യവാദപരവും അല്ലാത്തതുമായ ഭൗതികവാദസരണികൾ തമ്മിലുള്ള വ്യത്യാസം.

ആശയവാദത്തിന്റെ അഭിപ്രായത്തിൽ ഞരമ്പുകൾ, തലച്ചോറ് എന്നിവക്കു പുറമെ അവയെയും നിയന്ത്രിക്കുന്ന ഒരു ശക്തിയുണ്ട്; അതാണ് മനസ് അല്ലെങ്കിൽ ബുദ്ധി; അതിന് കീഴ്പെട്ടുകൊണ്ടാണ് ഞരമ്പുകളും തലച്ചോറും മറ്റെല്ലാ അവയവങ്ങളും പ്രവർത്തിക്കുന്നത്.

വൈരുധ്യവാദപരമല്ലാത്ത ഭൗതികവാദത്തിനാകട്ടെ, ഈ വാദഗതിയെ ഫലപ്രദമായി നേരിടാൻ വയ്യ. അവർ അംഗീകരിക്കുന്ന പ്രപഞ്ചവീക്ഷണമനുസരിച്ച് ഞരമ്പുകളും തലച്ചോറുമല്ലാതെ മറ്റൊന്നും നിലവിലില്ല. പക്ഷെ, ഞരമ്പുകളും തലച്ചോറും മാത്രമുള്ള മനുഷ്യൻ അതിന്റെയെല്ലാം കാര്യത്തിൽ മൗലികമായി ഒരു വ്യത്യാസവുമില്ലാത്ത മൃഗങ്ങളിൽനിന്ന് വ്യത്യസ്തപ്പെട്ടുനിൽക്കുന്നു. മൃഗങ്ങളിൽതന്നെ ചിലവയ്ക്ക് (പട്ടി, കുരങ്ങ് മുതലായവക്ക്) മറ്റു പലവയേക്കാളും കൂടുതൽ ബുദ്ധിശക്തിയും കഴിവുകളുമുണ്ട്. ഭൗതികപദാർഥങ്ങളുടെ കാര്യത്തിൽ പറയത്തക്ക ഒരു വ്യത്യാസവുമില്ലാത്ത പ്രാചീനകാല മനുഷ്യനും ഇന്നത്തെ മനുഷ്യനും തമ്മിൽതന്നെ ബുദ്ധിശക്തിയുടെ കാര്യത്തിൽ വളരെ അന്തരമുണ്ട്. ഈ വ്യത്യാസങ്ങൾ എങ്ങനെ വന്നു എന്ന ചോദ്യത്തിന് മാർക്സിസത്തിനുമുമ്പുള്ള ഭൗതികവാദികൾക്ക് ന്യായമായ സമാധാനമുണ്ടായിരുന്നില്ല.

ഭൗതികവാദത്തിനുള്ള ഈ ദൗർബല്യം പരിഹരിച്ച് ഭൗതികപ്രപഞ്ചവും അതിൽനിന്ന് ജന്മമെടുക്കുന്ന ഭൗതികേതര പ്രപഞ്ചവും തമ്മിലുള്ള പരസ്പരബന്ധം തികച്ചും ശാസ്ത്രീയമായ രീതിയിൽ വിശദീകരിച്ചതാണ് മാർക്സിസ്റ്റ് ദർശനം നൽകിയ മഹത്തായ സംഭാവന. അതിനാകട്ടെ, ഇതിനുമുൻപ് സൂചിപ്പിച്ചതുപോലെ, ഭൗതികവാദപരമായ പ്രപഞ്ചവീക്ഷണത്തെ വൈരുധ്യാധിഷ്ഠിതമായ പരിശോധനാമാർഗവുമായി ഇണക്കിച്ചേർക്കുകയെന്ന ജോലി അവർക്ക് ചെയ്യേണ്ടിയിരുന്നു. വൈരുധ്യവാദത്തിന്റെ പരിശോധനാമാർഗമനുസരിച്ച് ഭൗതികപ്രപഞ്ചത്തിലെ ചലനവും അതിൽ വന്നുകൊണ്ടിരിക്കുന്ന പരിവർത്തനങ്ങളും പരിശോധിച്ചാൽ മാത്രമേ ഭൗതിക പദാർഥമെന്ന പ്രാഥമിക യാഥാർഥ്യത്തിൽനിന്ന് രൂപംകൊള്ളുന്നതെങ്കിലും ഭൗതികേതരമായ വസ്തുതകളും സ്ഥാപനങ്ങളും സംഘടനകളും മറ്റും രൂപംകൊള്ളുന്നതിന്റെ യഥാർഥവും പൂർണവുമായ ചിത്രം കിട്ടുകയുള്ളു.

വൈരുധ്യവാദത്തിന്റെ പരിശോധനാമാർഗം

ഭൗതികവാദമെന്നപോലെ വൈരുധ്യവാദവും മാർക്സിസത്തിന് മുമ്പുള്ളതുതന്നെയാണ്. വൈരുധ്യവാദം വളർത്തിയെടുക്കുന്നതിൽ ഏറ്റവും വലിയ പങ്കുവഹിച്ച ഹെഗൽ ഊന്നിപ്പറഞ്ഞ വൈരുധ്യ

വാദതത്വങ്ങളിൽ ഒന്നും കൂട്ടിച്ചേർക്കാൻ മാർക്സിനോ എംഗൽസിനോ ഉണ്ടായിരുന്നില്ല. ഒന്നുമാത്രം: ഹെഗലിന്റെ വൈരുധ്യവാദം ആശയവാദാടിസ്ഥാനത്തിലുള്ള പ്രപഞ്ചവീക്ഷണത്തിനുള്ള ഒരുപാധിയായിരുന്നു. അതുമാറ്റി അതിനെ ഭൗതികവാദവീക്ഷണത്തിന്റെ ഉപാധിയായി ഉപയോഗിക്കുക മാത്രമാണവർ ചെയ്തത്. ഹെഗലിയൻ ഡയലിക്ടിക്സിനെ തല നേരെയാക്കി നിർത്തുക മാത്രമാണ് മാർക്സിസം ചെയ്തത്.

ശാസ്ത്രീയമായ പരിശോധനക്ക് വിഷയമായത് മൂന്ന് മുഖ്യ രംഗങ്ങളാണ്. ഒന്ന് ബാഹ്യപ്രപഞ്ചത്തിലെ ഭൗതികപദാർഥങ്ങൾ; രണ്ട് ചേതനയും ബുദ്ധിശക്തിയുമുള്ള മനുഷ്യന്റെ സൃഷ്ടിയായ സാമൂഹ്യജീവിതം; മൂന്ന് മനുഷ്യന്റെ ചിന്താശക്തിയും ഭാവനാശക്തിയും പ്രവർത്തിക്കുന്നതിന്റെ ഫലമായുണ്ടാകുന്ന ആശയങ്ങളും വികാരങ്ങളും.

ഈ മൂന്നു രംഗത്തും ഒരുപോലെ പ്രവർത്തിക്കുന്ന നിയമങ്ങളുൾക്കൊള്ളുന്നതാണ് വൈരുധ്യവാദം. ഇങ്ങനെ മൂന്നു രംഗത്തും പ്രവർത്തിക്കുന്ന വൈരുധ്യവാദത്തിന്റെ നിയമങ്ങളനുസരിച്ച് പ്രവർത്തിക്കുകയും വളരുകയും ചെയ്തുകൊണ്ടിരിക്കുന്ന ബാഹ്യപ്രപഞ്ചമാണ് സാമൂഹ്യജീവിതത്തിനും ആശയവികാരങ്ങൾക്കും രൂപം നൽകുന്നത്.

ഇതാണ് മാർക്സിസത്തിന്റെ, വൈരുധ്യാത്മക ഭൗതികവാദത്തിന്റെ, മൗലികസമീപനം. ആശയവാദപരമായ വൈരുധ്യവാദമാകട്ടെ, മിക്കവാറും ആശയരംഗത്തുമാത്രം ഒതുങ്ങിനിൽക്കുന്ന വൈരുധ്യവാദനിയമങ്ങളെയാണ് പരിശോധിക്കുന്നത്. പോരെങ്കിൽ, ആശയങ്ങളും അവയ്ക്കടിസ്ഥാനമായി നിൽക്കുന്ന സാമൂഹ്യ ജീവിതവും ഭൗതിക പദാർഥങ്ങളുടെ വളർച്ചയിൽനിന്ന് രൂപംകൊള്ളുന്നതാണെന്ന് അതംഗീകരിക്കുന്നുമില്ല.

വൈരുധ്യാത്മകമായ ഭൗതികവാദത്തിന്റെ കാഴ്ചപ്പാടനുസരിച്ച് ആശയങ്ങളുടെയും സാമൂഹ്യജീവിതത്തിന്റെയും വളർച്ചക്കടിസ്ഥാനമായ നിയമങ്ങൾ കണ്ടുപിടിക്കാൻ മാർക്സിനും എംഗൽസിനും കഴിഞ്ഞു. എന്തെല്ലാമാണീ നിയമങ്ങൾ?

ഒറ്റപ്പെട്ടു നിൽക്കുന്ന ഒന്നും ഈ ലോകത്തിലില്ലെന്നതാണ് വൈരുധ്യവാദത്തിന്റെ ഒന്നാമത്തെ തത്വം. ബാഹ്യപ്രപഞ്ചത്തിലെ ഭൗതികപദാർഥങ്ങളായാലും, ഭൗതികേതര ലോകത്തിലെ ആശയവികാരങ്ങളായാലും, മനുഷ്യന്റെ സൃഷ്ടിയായ സാമൂഹ്യസ്ഥാപനങ്ങളും സംഘടനകളുമായാലും, അവയെല്ലാം പരസ്പരം ബന്ധപ്പെട്ടാണ് കിടക്കുന്നത്. മറ്റു ഭൗതിക പദാർഥങ്ങളുമായി ബന്ധപ്പെട്ടുനിൽക്കാത്ത ഒരു ഭൗതിക പദാർഥവുമില്ല. ആശയങ്ങളാകട്ടെ, പരസ്പരം മാത്രമല്ല, ഭൗതികപദാർഥങ്ങളായ സാമൂഹ്യസ്ഥാപനങ്ങൾ, സംഘടനകൾ എന്നിവയായും ബന്ധപ്പെട്ടു നിൽക്കുക കൂടി ചെയ്യുന്നു.

ആശയങ്ങളും സാമൂഹ്യസ്ഥാപനങ്ങളും ഭൗതിക പദാർഥങ്ങളിൽ

നിന്ന് രൂപം പ്രാപിക്കുകയും അവയെ പ്രതിഫലിപ്പിക്കുകയും ചെയ്യുന്നു. അതേ അവസരത്തിൽ, ഭൗതികപദാർഥങ്ങളിൽ രൂപഭേദം വരുത്താനും അവ സഹായിക്കുന്നു. ഒരു ഭൗതികപദാർഥം മറ്റു നിരവധി ഭൗതിക പദാർഥങ്ങളുടെയും ആശയങ്ങളുടെയും സാമൂഹ്യസ്ഥാപനങ്ങളുടെയും കാരണമായി പ്രവർത്തിക്കുന്നു. അതേസമയം ആശയങ്ങളും സാമൂഹ്യസ്ഥാപനങ്ങളും ഭൗതികപദാർഥങ്ങളുടെ പുരോഗതിക്കും പരിവർത്തനത്തിനും കാരണമായിത്തീരുന്നു. ഇങ്ങനെ കാര്യകാരണ ബന്ധത്തിന്റെയും മറ്റ് ബന്ധങ്ങളുടെയും രൂപത്തിൽ അന്യോന്യം കെട്ടിപ്പിണഞ്ഞുകിടക്കുന്ന കോടാനുകോടി ഭൗതികപദാർഥങ്ങളുടെയും ആശയങ്ങളുടെയും സാമൂഹ്യസ്ഥാപനങ്ങളുടെയും കൂമ്പാരമാണ് പ്രപഞ്ചം.

എന്നാൽ, അന്യോന്യം ബന്ധപ്പെട്ടുകിടക്കുക മാത്രമല്ല, പ്രപഞ്ചത്തിന്റെ ഭാഗമായ ഭൗതിക പദാർഥങ്ങളും ആശയങ്ങളും സാമൂഹ്യസ്ഥാപനങ്ങളും ചെയ്യുന്നത്. പിന്നെയോ? അവയോരോന്നും ചലിച്ചുകൊണ്ടിരിക്കുന്നു. സദാ മാറിക്കൊണ്ടിരിക്കുന്നു. ചലനമില്ലാത്ത, മാറ്റമില്ലാത്ത ഒന്നും (ഭൗതികപദാർഥമോ സാമൂഹ്യസ്ഥാപനമോ) പ്രപഞ്ചത്തിലില്ല. ഇതാണ് വൈരുധ്യവാദത്തിന്റെ രണ്ടാമത്തെ തത്വം.

ഉദാഹരണത്തിന്, എഴുപതോ എൺപതോ കൊല്ലം ജീവിച്ച ഒരു മനുഷ്യനെ എടുക്കുക. അയാളുടെ ജനനവും മരണവും അയാളുടെ ദേഹത്തിൽ വരുന്ന മൗലികമാറ്റങ്ങളാണ്. ഇതാരും നിഷേധിക്കുന്നില്ല. അതുപോലെതന്നെ ബാല്യകാലത്തുനിന്ന് യൗവനത്തിലേക്ക് കാലുകുത്തുന്നതുവരെ അയാളിൽ പല മാറ്റങ്ങളും വന്നു കൊണ്ടിരിക്കുന്നു എന്നതും അനിഷേധ്യമാണ്. എന്നാൽ, അയാൾ ജീവിക്കുന്ന എഴുപതോ എൺപതോ കൊല്ലത്തിലെ ഓരോ ദിവസവും ഓരോ മണിക്കൂറും ഓരോ നിമിഷവും അയാളുടെ ദേഹത്തിൽനിന്ന് ചില അംശങ്ങൾ പോവുകയും വേറെ ചിലവ പുതുതായി രൂപംകൊള്ളുകയും ചെയ്യുന്നുണ്ടെന്ന് ശാസ്ത്രീയമായി തെളിഞ്ഞുകഴിഞ്ഞിട്ടുണ്ട്. ഓരോ തവണത്തെ ശ്വാസോച്ഛ്വാസത്തിലും ഹൃദയസ്പന്ദനത്തിലും മനുഷ്യദേഹത്തിന്റെ ചില ഘടകങ്ങൾ ഇല്ലാതാവുകയും വേറെ ചിലവ പുതുതായി രൂപംകൊള്ളുകയും ചെയ്യുന്നുണ്ട്.

മനുഷ്യദേഹത്തിലെന്നപോലെ ബാഹ്യപ്രപഞ്ചത്തിലെ എല്ലാ ഭൗതികപദാർഥങ്ങൾക്കും ഇത് ബാധകമാണ്. "ഒരു മാറ്റവുമില്ലാതെ നിൽക്കുന്നതായിട്ടെന്തെങ്കിലുമുണ്ടെങ്കിൽ അത് ചരാചരങ്ങളാകെ സദാ മാറിക്കൊണ്ടിരിക്കുന്നു എന്ന യാഥാർഥ്യം മാത്രമാണ്."

സദാ നടന്നുകൊണ്ടിരിക്കുന്ന ഈ മാറ്റത്തിനടിസ്ഥാനമായ ശക്തികൾ ഓരോ ഭൗതിക പദാർഥത്തിലും സാമൂഹ്യസ്ഥാപനത്തിലുമുണ്ട്. ക്രിയാത്മകവും നിഷേധാത്മകവുമായ രണ്ട് വിരുദ്ധശക്തികൾ ഓരോന്നിനകത്തും സ്വാഭാവികമായി പ്രവർത്തിച്ചുകൊണ്ടിരിക്കുന്നുണ്ട്. അവ തമ്മിൽ വൈരുധ്യമുണ്ടെന്നുള്ളതുപോലെതന്നെ, പരസ്പരം

കെട്ടിപ്പിണഞ്ഞുകിടക്കുന്ന സ്ഥിതിയുമുണ്ട്. ഇതിനാണ് "വൈരുധ്യങ്ങളുടെ ഐക്യവും സംഘട്ടനവും" എന്ന പേർ വൈരുധ്യവാദദാർശനികർ കൊടുക്കുന്നത്. വൈരുധ്യവാദത്തിന്റെ മൂന്നാമത്തെ തത്വമാണിത്.

ഉദാഹരണത്തിന്, വിദ്യുച്ഛക്തിയിൽ പോസിറ്റീവ്, നെഗറ്റീവ് എന്നീ ഘടകങ്ങളുണ്ട്. അതിൽ ഒന്നില്ലാതെ മറ്റൊന്നിന് നിലനിൽപ്പില്ല. അതേസമയത്ത് അവയിലോരോന്നിന്റെയും നിലനിൽപ്പ് മറ്റേതിന്റെ നിലനിൽപ്പിനെ ചോദ്യം ചെയ്യുന്നുണ്ട്.

സാമൂഹ്യലോകത്തിലാകട്ടെ, മുതലാളിയില്ലാതെ തൊഴിലാളിയോ തൊഴിലാളിയില്ലാതെ മുതലാളിയോ ഇല്ല. എന്നാൽ, തൊഴിലാളിയുടെ നിലനിൽപ്പ് മുതലാളിയുടെ ലാഭത്തിനും മുതലാളിയുടെ നിലനിൽപ്പ് തൊഴിലാളികളുടെ ജീവിതത്തിനും ആപൽക്കരമായിത്തീരുന്നുമുണ്ട്.

ഈ വിരുദ്ധശക്തികളുടെ സംഘട്ടനമാണ് പ്രപഞ്ചത്തിന്റെ പുരോഗതിക്കും കാരണം. ഇതാണ് വൈരുധ്യാത്മകമായ ഭൗതികവാദത്തിന്റെ കാതലായി നിലകൊള്ളുന്നതും.

വിരുദ്ധശക്തികൾ തന്നെ രണ്ടുതരത്തിലുണ്ട്. ഒരു വസ്തു അല്ലെങ്കിൽ ആശയം; അതുമല്ലെങ്കിൽ സമൂഹം–ഇവയുടെ അകത്തുള്ള (ആന്തരികമായ) വൈരുധ്യമാണൊന്ന്. ഒരു വസ്തുവിന് (ആശയത്തിന്, സമൂഹത്തിന്) വെളിയിലുള്ള മറ്റൊന്നായും വൈരുധ്യമുണ്ട്–ബാഹ്യ വൈരുധ്യം. ഒരു രാജ്യത്തെ തൊഴിലാളിയും മുതലാളിയും തമ്മിലുള്ളതും ആഗോളാടിസ്ഥാനത്തിൽ മുതലാളിത്ത സോഷ്യലിസ്റ്റു ലോകങ്ങൾ തമ്മിലുള്ളതുമായ വൈരുധ്യങ്ങൾ ഉദാഹരണമാണ്. മറ്റൊരുദാഹരണമാണ് ഇവിടെ ചർച്ച ചെയ്യപ്പെടുന്ന മാർക്സിസവും യുക്തിവാദവും തമ്മിലും രണ്ടിനും ജാതി മതചിന്തയോടുമുള്ള വൈരുധ്യം.

വിരുദ്ധശക്തികളുടെ പ്രവർത്തനത്തിന്റെ ഫലമായി വരുന്ന മാറ്റങ്ങൾ രണ്ടുതരത്തിലുണ്ടെന്നാണ് വൈരുധ്യവാദത്തിന്റെ അടുത്ത തത്വം. അളവിൽ അഥവാ തുകയിൽ വരുന്ന മാറ്റവും സ്വഭാവത്തിൽ അഥവാ ഗുണത്തിൽ വരുന്ന മാറ്റവും. ഈ രണ്ടുതരം മാറ്റങ്ങളും – തുകയിൽ അഥവാ എണ്ണത്തിലും ഗുണത്തിലും ഉള്ള മാറ്റങ്ങൾ – ഓരോ പദാർഥത്തിലും ആശയത്തിലും സാമൂഹ്യസ്ഥാപനത്തിലും വന്നുകൊണ്ടിരിക്കുന്നുണ്ട്.

തുകയിൽ അഥവാ എണ്ണത്തിൽ വരുന്ന മാറ്റം സ്വഭാവത്തിലുള്ള മാറ്റമായിത്തീരുന്ന ദശാഘട്ടത്തിന് ദാർശനികൻമാർ, എടുത്തുചാട്ടം, എന്ന പേര് നൽകിയിരിക്കുന്നു. എടുത്തുചാട്ടഘട്ടം വരെ വന്നുകൊണ്ടിരിക്കുന്ന മാറ്റം താരതമ്യേന മെല്ലെമെല്ലെയായിരിക്കും. എടുത്തുചാട്ടഘട്ടത്തോടുകൂടിയാണ് അത് ത്വരിതവും പെട്ടെന്നുള്ളതുമായിത്തീരുന്നത്. ഒരെടുത്തുചാട്ടം കഴിഞ്ഞാൽപിന്നെ വീണ്ടും മാറ്റം മന്ദഗതിയിലായിത്തീരുന്നു.

താരതമ്യേന മന്ദഗതിയിലുള്ളതും താരതമ്യേന ദീർഘകാലം നിൽക്കുന്നതും താരതമ്യേന സമാധാനപരമെന്ന് വിളിക്കാവുന്നതുമായ പുരോഗതിയെ തുടർന്ന് ഈ ദീർഘകാലത്തെ പരിവർത്തനത്തെയെല്ലാം കവച്ചുവെക്കുന്ന മൗലികമായ മാറ്റം ചുരുക്കം സമയത്തിനുള്ളിൽ പെട്ടെന്ന് നടക്കുന്നതിനെയാണ് എടുത്തുചാട്ടം എന്നു വിളിക്കുന്നത്.

ഇതിനെ തന്നെയാണ് ദീർഘകാലം നീണ്ടുനിൽക്കുന്ന സമാധാനപരമായ പരിവർത്തനത്തെ തുടർന്ന് നടക്കുന്ന വിപ്ളവമെന്ന് സാമൂഹ്യശാസ്ത്രകാരൻമാരും പറയുന്നത്. ദശാബ്ദങ്ങളോളം നീണ്ടുനിൽക്കുന്ന സമാധാനപരമായ പരിവർത്തനത്തെ തുടർന്ന് വിപ്ളവം നടക്കുന്നു. ഈ വിപ്ളവകാലഘട്ടത്തിലാകട്ടെ, മുമ്പ് നിരവധി വർഷങ്ങൾകൊണ്ടുമാത്രം നടന്ന മാറ്റങ്ങൾ ഏതാനും ദിവസങ്ങളിൽ ഒതുങ്ങിനിൽക്കുന്നു എന്നിങ്ങനെയാണ് മാർക്സ് ഈ രണ്ടു ഘട്ടങ്ങളും തമ്മിലുള്ള ബന്ധം വിവരിച്ചിട്ടുള്ളത്.

ഇങ്ങനെ സദാ നടന്നുകൊണ്ടിരിക്കുന്ന – സമാധാനപരമായ പരിവർത്തനത്തിലൂടെയും വിപ്ളവത്തിലൂടെയും വരുന്ന – മാറ്റം പ്രപഞ്ചത്തിലെ സർവവസ്തുക്കളെയും (ഭൗതിക പദാർഥങ്ങൾ, ആശയങ്ങൾ, സാമൂഹ്യസ്ഥാപനങ്ങൾ മുതലായവയെയെല്ലാം) പടിപടിയായി കൂടുതൽ കൂടുതൽ ഉയർന്ന രൂപത്തിലേക്ക് നയിച്ചുകൊണ്ടിരിക്കുന്നു. പ്രാകൃതമായവ സംസ്കരിക്കപ്പെടുന്നു. ലളിതമായവ കൂടുതൽ സങ്കീർണമാവുന്നു. മനുഷ്യന് അജ്ഞാതമായവ അയാളുടെ വിജ്ഞാനപരിധിയിൽ പെടുന്നു. നിയന്ത്രണാതീതമായവ നിയന്ത്രണാധീനമാകുന്നു. അങ്ങനെ മനുഷ്യൻ അപൂർണതയിൽനിന്ന് പൂർണതയിലേക്ക് വളരുന്നു. ഇതാണ് വൈരുധ്യവാദത്തിന്റെ മറ്റൊരു തത്വം.

എന്നാൽ പൂർണതയിലേക്കുള്ള ഓരോ നീക്കവും പൂർണതയുടെ ലോകത്തെ കുറെക്കൂടി വിദൂരതയിലേക്ക് നീക്കുന്നതായി അയാൾ കാണുന്നു. അങ്ങനെ പ്രപഞ്ചത്തിന്റെ അപാരതയും വൈപുല്യവും മനസിലാക്കുന്ന മനുഷ്യൻ, അപാരവും വിശാലവുമായ ലോകത്തെ മനസിലാക്കുകയും നിയന്ത്രിക്കുകയും ചെയ്യാൻ തനിക്കുള്ള കഴിവ് വർധിപ്പിക്കുന്ന മനുഷ്യൻ, ആ കഴിവിന്റെ പരിധിയെപ്പോലെതന്നെ വിശാലമായിക്കൊണ്ടിരിക്കുന്നതാണ് ലോകമെന്ന് മനസിലാക്കുന്നു.

ഈ പ്രക്രിയക്ക് ദർശനം നൽകുന്ന പേരാണ് നിഷേധത്തിന്റെ നിഷേധം. ഒരാശയം, അല്ലെങ്കിൽ ഒരു സാമൂഹ്യവ്യവസ്ഥ, മറ്റൊന്നുമായി ഏറ്റുമുട്ടുന്നു, മറ്റേതിനെ നശിപ്പിക്കുന്നു, ആ നാശത്തിൽനിന്ന് പുതിയ ഒന്നുണ്ടാവുന്നു. ഇത് നിഷേധമാണ്. എന്നാൽ, ഈ പുതിയതിൽതന്നെ ആന്തരികമായും, അതിന് മറ്റൊന്നിനോട് ബാഹ്യമായും ഉള്ള വൈരുധ്യം ഏറ്റുമുട്ടലിലെത്തുന്നു, അത് നശിപ്പിക്കപ്പെടുന്നു. പുതുതായി മറ്റൊന്നുണ്ടാവുന്നു. ഇത് നിഷേധത്തിന്റെ നിഷേധമാണ്. വിത്തുന

ശിച്ചു മരമുണ്ടാവുന്നു. (നിഷേധം) മരത്തിൽനിന്ന് വിത്തുണ്ടാകുന്നു, മരം നശിക്കുന്നു (നിഷേധത്തിന്റെ നിഷേധം) ഫ്യൂഡലിസം നശിച്ച് മുതലാളിത്തമുണ്ടാവുന്നു (നിഷേധം) മുതലാളിത്തത്തിൽ നിന്ന് സോഷ്യലിസമുണ്ടാവുന്നു (നിഷേധത്തിന്റെ നിഷേധം) മതചിന്തയിൽനിന്ന് യുക്തിവാദമുണ്ടാവുന്നു (നിഷേധം), യുക്തിവാദത്തിൽനിന്ന് മാർക്സിസമുണ്ടാവുന്നു (നിഷേധത്തിന്റെ നിഷേധം).

സഹസ്രാബ്ദങ്ങളുടെ വളർച്ചയിലൂടെയാണ് "വാനരനിൽനിന്ന് നരനിലേക്കു"ള്ള മാറ്റമുണ്ടായതെന്ന് ഇതിനുമുമ്പ് കൊടുത്ത ഉദ്ധരണി വ്യക്തമാക്കിയിട്ടുണ്ടല്ലോ. ഇങ്ങനെ സഹസ്രാബ്ദങ്ങളുടെ വളർച്ചയിലൂടെ വാനരനിൽനിന്ന് നരനായി മാറിയതിൽ പിന്നീട് ലോകത്തെ പ്രകൃതിയുടെമേൽ പ്രയത്നിക്കാനുള്ള മനുഷ്യന്റെ കഴിവ് വർധിച്ചു. അതിൽ നിന്നാണ് മനുഷ്യസമൂഹം രൂപംകൊണ്ടത്. അത് രൂപംകൊണ്ടതിൽ പിന്നീടാണ് വൈകാരികവും, ബുദ്ധിപരവും, കലാപരവും മറ്റുമായ വാസനകളും കഴിവുകളും മനുഷ്യനുണ്ടാവുന്നത്. ഈ വസ്തുത വൈരുധ്യാത്മകവും ചരിത്രപരവുമായ ഭൗതികവാദം നിഷേധിക്കുന്നില്ല.

ഇതിനെ ആശയപ്രപഞ്ചമെന്നു വിളിക്കാമെങ്കിൽ അതിന് സ്വതന്ത്രമായ അസ്തിത്വമുണ്ടെന്ന വാദത്തെയാണ് അത് നിഷേധിക്കുന്നത്. ഭൗതിക പ്രപഞ്ചത്തിന്റെ വളർച്ചയിൽനിന്നാണ് ഈ അർഥത്തിലുള്ള ആശയപ്രപഞ്ചം ഉദ്ഭവിക്കുന്നതെന്നതാണ് ഈ വീക്ഷണത്തിന്റെ കാതലായ ഭാഗം. എംഗൽസിന്റെ സുപ്രസിദ്ധമായ നിർവചനമനുസരിച്ച്, "ആദ്യമുണ്ടായത് ഏതാണ്? ഭൗതികപദാർഥമോ അതോ, ആത്മാവോ" എന്ന ചോദ്യമാണല്ലോ ഭൗതികവാദവും ആശയവാദവും തമ്മിൽ നടന്നിട്ടുള്ള സമരത്തിനടിസ്ഥാനം.

തന്നെയുമല്ല, മനുഷ്യസമൂഹാംഗങ്ങളായ വ്യക്തികൾ ചെയ്യുന്ന വൈകാരികവും ബുദ്ധിപരവും കലാപരവും മറ്റുമായി ബന്ധപ്പെട്ട പ്രവർത്തനങ്ങൾക്കുള്ള ക്രിയാത്മകമായ പങ്കിനെ വൈരുധ്യാത്മകവും ചരിത്രപരവുമായ ഭൗതികവാദം നിഷേധിക്കുന്നില്ല. നാളിതുവരെ നിലവിലുണ്ടായിരുന്ന ഭൗതികവാദത്തിന്റെ എല്ലാ സരണികൾക്കുമുള്ള മൗലികദോഷം മനസിന് അവ നിഷ്ക്രിയമായ ഒരു പങ്കേ അനുവദിച്ചു കൊടുത്തുള്ളു എന്നതാണെന്ന് മാർക്സ് ചൂണ്ടിക്കാണിച്ചിട്ടുണ്ട്. ഇതിന്റെ ഫലമായി മനസ് നിർവഹിച്ച ക്രിയാത്മകമായ പങ്കിനെ ആശയവാദമാണ് പോഷിപ്പിച്ചുകൊണ്ടുവന്നത്; ആശയവാദത്തിന് ആ ജോലി വിട്ടുകൊടുക്കുകയാണുണ്ടായത്. അതുകൊണ്ടാണ് ലോകത്തിലെ ആശയവാദികളായ ദാർശനികരിൽവെച്ച് അഗ്രഗണ്യനായ ഹെഗലിനെ മാർക്സ് വളരെയേറെ ബഹുമാനിച്ചിരുന്നതും, താൻ ഹെഗലിന്റെ ശിഷ്യനാണെന്ന് അദ്ദേഹം അഭിമാനപൂർവം പ്രഖ്യാപിച്ചതും.

ഇന്ത്യയിലെ ജനങ്ങൾ 'പ്രകൃത്യാ ആശയവാദികളാ'ണെന്ന ചില

രുടെ വാദം ശരിയല്ല. നമ്മുടെ ജനങ്ങൾക്ക് ഭൗതികവാദം അന്യമല്ലെന്ന് ഇന്ത്യൻ ദർശനങ്ങളുടെ ചരിത്രം സ്ഥാപിച്ചുകഴിഞ്ഞിട്ടുണ്ട്. കഴിഞ്ഞ ഒട്ടനവധി നൂറ്റാണ്ടുകളായി ആശയവാദം ഇവിടെ കൈക്കലാക്കിയ സമുന്നതപദവി ഇന്ത്യൻജനതയ്ക്ക് പ്രത്യേകമായിട്ടുള്ള ഒരു ദേശീയ സ്വഭാവത്തിന്റെയും ചിഹ്നമല്ല, അത് സാമൂഹ്യവളർച്ചയുടെ ഒരു പരിണാമമാണ്. ഏകദേശം രണ്ട് സഹസ്രാബ്ദങ്ങളോളംകാലം ഇന്ത്യയിലെ പ്രകൃതിശാസ്ത്രങ്ങളുടെയും സാങ്കേതിക ശാസ്ത്രത്തിന്റെയും വികാസം ആപേക്ഷികമായി മന്ദീഭവിച്ചതിന്റെ ഫലമായിട്ടാണ് ഭൗതികവാദം ഇവിടെ ആശയവാദത്തിന്റെ മുമ്പിൽ തോറ്റത്. ഈ മാന്ദ്യമാകട്ടെ, ഇന്ത്യയിലെ പ്രാകൃത ഗോത്രസമുദായത്തിന് സംഭവിച്ച ചരിത്രപരമായ ഒരു വികാസപ്രക്രിയയുടെ ഫലമാണുതാനും. പല യൂറോപ്യൻ രാജ്യങ്ങളിലും അത് അടിമത്തം, ഫ്യൂഡലിസം, ബൂർഷ്വാസമൂഹം എന്നിങ്ങനെ വിവിധ സമൂഹങ്ങളിലൂടെയുള്ള പരിവർത്തനപരമ്പരക്കാണ് വഴിമാറിക്കൊടുത്തതെങ്കിൽ, ഇവിടെ അതിനുശേഷം പ്രത്യക്ഷപ്പെട്ടത് ജാതിവ്യവസ്ഥകൊണ്ടും ഗ്രാമസമുദായ വ്യവസ്ഥകൊണ്ടും താരതമ്യേന ചലനരഹിതമാക്കപ്പെട്ട ഒരു സാമൂഹ്യസംവിധാനമായിരുന്നു. ശാസ്ത്രത്തിന്റെയും സാങ്കേതികശാസ്ത്രത്തിന്റെയും വളർച്ച, അതുകൊണ്ട് ഇന്ത്യയിലും ഭൗതികവാദത്തിന്റെ വിജയത്തിനുള്ള പാത വെട്ടിത്തെളിയിക്കും.

മതം: മാർക്സിസ്റ്റുകാരുടെയും യുക്തിവാദികളുടെയും കാഴ്ചപ്പാട്

ഉൽപ്പത്തിയെക്കുറിച്ച്

മതങ്ങളും ഈശ്വരവിശ്വാസവും വെറുതെ ഉണ്ടായതല്ല. അവയുടെ ഉദ്ഭവത്തിന് ചില ഭൗതിക സാഹചര്യങ്ങളുണ്ട്. ഈ സത്യം കാണാൻ യുക്തിവാദികൾ തയ്യാറില്ല. മതത്തെയും ഈശ്വരവിശ്വാസത്തെയും സൃഷ്ടിച്ച സാഹചര്യങ്ങൾ നിലനിൽക്കുന്ന കാലത്തോളം, നാം ഇഷ്ടപ്പെട്ടാലും ഇല്ലെങ്കിലും അവ നിലനിൽക്കുമെന്നും അവർ കാണുന്നില്ല.

പ്രകൃതിയോടോ സാമൂഹ്യ പരിതഃസ്ഥിതികളോടോ നേരിടേണ്ടി വരുന്ന മനുഷ്യൻ തന്റെ നിയന്ത്രണത്തിന് അതീതമായ ബാഹ്യശക്തികളുടെ മുമ്പിൽ നിസഹായനായിത്തീരുന്ന സാഹചര്യത്തിലാണ് മതം ഉദ്ഭവിക്കുന്നത്. തനിക്ക് കീഴ്പെടുത്താൻ കഴിയാത്ത പ്രകൃതി പ്രതിഭാസങ്ങളെയും സാമൂഹ്യ പ്രതിഭാസങ്ങളെയും കീഴ്പെടുത്തുന്നതിനുവേണ്ടി മനുഷ്യൻ ഭാവനയിലുണ്ടാക്കുന്ന പ്രതീകങ്ങളാണ് ദൈവങ്ങൾ, ആരാധനാക്രമം മുതലായവ.

ചൂട്, വെളിച്ചം, വായു, ഇടിയും മിന്നലും മുതലായ പ്രകൃതി പ്രതിഭാസങ്ങളുടെ മുമ്പിൽ നിസഹായനായ മനുഷ്യൻ അവയെ ഓരോന്നിനെയും ദേവനോ ദേവിയോ ആക്കി മാറ്റുന്നു; അവരെ പ്രീതിപ്പെടുത്തുന്നതിന് ആരാധനകളും പൂജകളും നടത്തുന്നു.

ആ ആദ്യകാലങ്ങളിൽ–ഇന്നത്തെ രൂപത്തിലുള്ള സംഘടിത മതം അന്നുണ്ടായിരുന്നില്ല–മതം ന്യൂനപക്ഷത്തിന് ഭൂരിപക്ഷത്തെ ചൂഷണം

ചെയ്യാൻ സഹായിക്കുന്ന ഉപകരണമായിരുന്നില്ല. കാരണം, ആ പ്രാകൃത സമൂഹങ്ങളിൽ ഇനിയും വർഗവിഭജനം നടന്നുകഴിഞ്ഞിരുന്നില്ല. മാന്ത്രിക സിദ്ധികളുടെ രൂപത്തിൽ ഉദയംകൊണ്ട് ഇന്ന് അന്ധവിശ്വാസങ്ങൾ എന്ന് നാം മനസിലാക്കുന്ന, പല കർമങ്ങളും അന്നത്തെ പരിതഃസ്ഥിതിയിൽ മനുഷ്യർക്ക് തികച്ചും സഹായകരമായിരുന്നു. കാട്ടുപോത്തിന്റെ കളംവരച്ച് ചുറ്റും നൃത്തം ചവിട്ടി അതിന്റെ വധം അഭിനയിച്ചശേഷം യഥാർഥ കാട്ടുപോത്തിനെ വേട്ടയാടുക എന്നത് അവർക്ക് വെറും ഔപചാരിക ചടങ്ങ് മാത്രമായി അനുഭവപ്പെട്ടു. അവരത് നിർഭയം നിർവഹിക്കുകയും പതിവായിരുന്നു. പിൽക്കാലത്ത് ശക്തമായ ചൂഷകവർഗങ്ങളെ എതിരിടേണ്ടിവന്നപ്പോഴും, മനുഷ്യൻ ഇതേ അടവ് പ്രയോഗിച്ചു.

ഇങ്ങനെ ഭാവനാസൃഷ്ടമായ ലോകം സൃഷ്ടിക്കുന്ന മനുഷ്യന് തന്റെ ജീവിതം നിയന്ത്രിക്കുന്ന പ്രകൃതി പ്രതിഭാസങ്ങളിലും സാമൂഹ്യ പരിതഃസ്ഥിതിയിലും മാറ്റംവരുമ്പോൾ മതത്തിന്റെയും രൂപം, ഉള്ളടക്കം എന്നിവയിൽ മാറ്റംവരുത്തേണ്ടിവരുന്നു. പഴയ ഋഗ്വേദകാലത്തെ വിശ്വാസപ്രമാണങ്ങളിൽനിന്നും ആചാരമര്യാദകളിൽനിന്നും അതിപ്രധാനമായ മാറ്റങ്ങൾ സംഭവിച്ചിട്ടാണല്ലോ ഇന്നത്തെ ഹിന്ദുമതം രൂപംപ്രാപിച്ചത്. ഈ മാറ്റങ്ങൾക്കെല്ലാം പ്രകൃതി പ്രതിഭാസങ്ങളിലും, സാമൂഹ്യ പരിതഃസ്ഥിതികളിലും വന്ന മാറ്റമാണ് കാരണം.

ഇന്ത്യയിൽ ഹിന്ദുമതവും ബുദ്ധജൈനാദി മതങ്ങളും അവയെല്ലാം രൂപമെടുത്ത് നിരവധി നൂറ്റാണ്ടുകൾക്കുശേഷം സിഖുമതവും മറ്റും രൂപം പ്രാപിച്ചതിന്റെ ഭൗതികസാഹചര്യങ്ങൾ മാർക്സിസ്റ്റുകാരല്ലാത്ത ചരിത്രകാരൻമാർപോലും എടുത്തുകാണിച്ചിട്ടുണ്ട്.

ഈ പ്രക്രിയയിൽ പ്രധാനമായ ഒരു സ്ഥാനമാണ് സാമൂഹ്യബന്ധങ്ങൾക്കുള്ളത്. ആദിമമനുഷ്യൻ മുതൽ ഇന്നത്തെ വളർച്ച പ്രാപിച്ച ശാസ്ത്ര–സാങ്കേതിക വിദഗ്ധർവരെ ഭൗതികപ്രപഞ്ചത്തെ സ്വാധീനിക്കാൻ ശ്രമിക്കുകയും ഒരതിരുവരെ സ്വാധീനിക്കുകയും ചെയ്തവർ മുഴുവൻ വ്യക്തികളെന്നനിലക്കല്ല, കൂട്ടായാണ് തങ്ങളുടെ പണി ചെയ്തത്. ഭൗതിക പ്രപഞ്ചത്തിന്റെ പ്രതീകങ്ങളായ അഗ്നി–വരുണാദി ദേവൻമാരെ പ്രീതിപ്പെടുത്താനുള്ള പൂജാകർമങ്ങൾ മുതൽ ഇന്നത്തെ ശാസ്ത്ര–സാങ്കേതിക ഗവേഷണ പ്രവർത്തനങ്ങൾവരെ മനുഷ്യൻ നടത്തിയ ബുദ്ധിപരമായ പ്രവർത്തനം മുഴുവൻ സാമൂഹ്യമാണ്, വ്യക്തിപരമല്ല, സാമൂഹ്യമായി നടക്കുന്ന ഈ ബുദ്ധിപരപ്രവർത്തനത്തിന്റെ പ്രതിനിധികൾ മാത്രമാണ് പുരാതനകാലത്തെ പുരോഹിതൻമാർ മുതൽ ഇന്നത്തെ പണ്ഡിതൻമാർവരെയുള്ള എല്ലാ ബുദ്ധിജീവികളും.

സാമൂഹ്യമായ ഈ പ്രവർത്തനത്തിലും അതിലൂടെ വളർന്നുവന്ന മനുഷ്യന്റെ ചിന്താശക്തിയിലും സ്വാധീനം ചെലുത്തുന്ന ഒരു മുഖ്യഘടകമാണ് വർഗസമരം. ചൂഷകരും ചൂഷിതരുമെന്ന രണ്ട് വിഭാഗങ്ങളായി മനുഷ്യസമുദായം വിഭജിക്കപ്പെട്ടത് മുതൽ ഈ രണ്ട് വിഭാഗങ്ങൾ തമ്മി

ലുള്ള ഏറ്റുമുട്ടൽ മനുഷ്യന്റെ ബുദ്ധിശക്തിയെയും ചിന്താഗതിയെയും സ്വാധീനിച്ചു. ലെനിന്റെ ഭാഷയിൽ "ഗണിതശാസ്ത്രത്തിന്റെ പ്രാഥമിക തത്വങ്ങൾപോലും സ്വന്തം വർഗത്തിന്റെ താൽപര്യങ്ങൾക്കെതിരായാൽ അവയെ വെല്ലുവിളി" ക്കാനുള്ള പ്രവണത രൂപം പ്രാപിച്ചു. ലോകവിജ്ഞാനരാശിയിൽ ചൂഷകന്റെയും ചൂഷിതന്റേതെന്നുമുള്ള തരംതിരിവ് വന്നു. ചൂഷക–ചൂഷിത വർഗങ്ങൾ തമ്മിലുള്ള സംഘട്ടനത്തെ പ്രതിഫലിപ്പിക്കുന്ന വിവിധ ദാർശനികവീക്ഷണങ്ങൾ, സാമൂഹ്യ–സാമ്പത്തികാദി സിദ്ധാന്തങ്ങൾ എന്നിവ രൂപംപ്രാപിച്ചു.

ഈ വർഗസംഘട്ടനത്തിന്റെ പ്രതീകങ്ങളാണ് ഇന്ത്യയിലെ ഋഗ്വേദം തൊട്ടുള്ള സാഹിത്യകൃതികളും ബൗദ്ധചാർവാകാദി ദാർശനികവീക്ഷണങ്ങളും അർഥശാസ്ത്രാദി വിഖ്യാതകൃതികളും.

മാർക്സിസ്റ്റ് വീക്ഷണത്തിന്റെ അടിത്തറയായി കിടക്കുന്നത് വർഗസമരസിദ്ധാന്തമാണ്. ഈ സിദ്ധാന്തമാകട്ടെ, അധ്വാനിക്കുന്ന ബഹുജനങ്ങളുടെ–ആധുനിക മുതലാളിത്തത്തിന്റെ യുഗത്തിൽ തൊഴിലാളി വർഗത്തിന്റെ–കൂട്ടായ പ്രവർത്തനമാണ് സാമൂഹ്യമാറ്റങ്ങൾക്കടിസ്ഥാനമെന്നതാണുതാനും. ഈ മൗലിക സിദ്ധാന്തത്തിന് കീഴ്പെടുത്തിക്കൊണ്ടാണ് മാർക്സിസം മറ്റെല്ലാ പ്രശ്നങ്ങളെയുമെന്നപോലെ മതപ്രശ്നത്തെയും കൈകാര്യം ചെയ്യുന്നത്.

ഈ വസ്തുതയും യുക്തിവാദികൾ കാണാൻ കൂട്ടാക്കുന്നില്ല. അതുകൊണ്ടാണ് വർഗസമരത്തിൽ, അതിന്റെ പ്രകടരൂപമായ രാഷ്ട്രീയ പ്രവർത്തനത്തിൽ, പുരോഗമനശക്തികളുടെ വളർച്ചക്കും വിപ്ളവപ്രസ്ഥാനത്തിന്റെ വിജയകരമായ പുരോഗതിക്കും അടിത്തറയിടുന്നതിന് വിശ്വാസികളും അവിശ്വാസികളുമായ ബഹുജനങ്ങളുടെ ഐക്യത്തെ അവർ എതിർക്കുന്നത്.

എന്താണ് മതം?

“ഇതേവരെ സ്വയം കണ്ടെത്താൻ കഴിയാതിരിക്കുകയോ അല്ലെങ്കിൽ വീണ്ടും സ്വയം നഷ്ടപ്പെടുകയോ ചെയ്ത മനുഷ്യന്റെ സ്വയം ബോധവും സ്വഭിമാനവുമാണ് മതം. പക്ഷെ, മനുഷ്യൻ എന്നത് പ്രപഞ്ചത്തിന് വെളിയിൽ ഇരിക്കുന്ന ഒരമൂർത്ത ജീവിയല്ല. മനുഷ്യനെന്നാൽ *മനുഷ്യരുടെ പ്രപഞ്ചമാണ്.* രാഷ്ട്രമാണ്, സമൂഹമാണ്, ഈ രാഷ്ട്രം, ഈ സമൂഹം മതത്തെ സൃഷ്ടിക്കുന്നു. ഈ മതം *തലതിരിഞ്ഞ ഒരു പ്രപഞ്ചാവബോധമാണ്.* എന്തുകൊണ്ടെന്നാൽ ഈ രാഷ്ട്രവും സമൂഹവും തന്നെ *ഒരു തലതിരിഞ്ഞ പ്രപഞ്ചമാണ്.* മതം ഈ തലതിരിഞ്ഞ പ്രപഞ്ചത്തിന്റെ പൊതു സൈദ്ധാന്തിക വീക്ഷണമാണ്. അതിന്റെ സർവവൈജ്ഞാനികസംഗ്രഹമാണ്; പാമരൻമാർക്ക് മനസിലാകുന്നത്ര ലളിതമായ അതിന്റെ യുക്തിയാണ്; അതിന്റെ ആത്മീയ ബഹുമാനസൂചനയാണ്; അതിലടങ്ങുന്ന ആവേശമാണ്; അതിന്റെ ധാർമികാടിസ്ഥാനമാണ്. അതിന്റെ പാവനമായ അനുപൂരകമാണ്. ആശ്വാസത്തിനും ന്യായീകരണത്തിനും വേണ്ട അതിന്റെ സാർവത്രി

കാടിസ്ഥാനമാണ്. മാനവസത്തയുടെ സങ്കൽപ്പത്തിലുള്ള സാക്ഷാത്കാരം ആണത്. കാരണം, *മാനവസത്തക്ക്* ഇന്ന് യഥാർഥമായ അസ്തിത്വം ഇല്ല. മതത്തിനെതിരായ സമരം യഥാർഥത്തിൽ ഏതൊരു മായാലോകത്തിന്റെ ആത്മീയ സൗന്ദര്യമാണോ മതം, ആ ലോകത്തിനെതിരായ സമരമാണ്.

മതപരമായ വിമ്മിട്ടം ഒരേസമയം യഥാർഥമായ വിമ്മിട്ടത്തിന്റെ *പ്രകടനവും* അതിനെതിരായ *പ്രതിഷേധവും*. മർദിതജനതയുടെ നെടുവീർപ്പാണ് മതം; ഹൃദയശൂന്യമായ ലോകത്തിന്റെ ഹൃദയമാണത്. ആത്മാവില്ലാത്ത ലോകത്തിന്റെ ആത്മാവാണത്. അത് ജനങ്ങളെ മയക്കുന്ന കറുപ്പാണ്.

ജനങ്ങളുടെ *മിഥ്യാ*സുഖമായ മതത്തെ ഇല്ലാതാക്കണമെന്നതിന്റെ അർഥം അവർക്ക് *യഥാർഥ സുഖം* ഉണ്ടാകണമെന്നതാണ്. നിലവിലുള്ള പരിതഃസ്ഥിതികളെക്കുറിച്ചുള്ള വ്യാമോഹങ്ങൾ ഉപേക്ഷിക്കണം എന്നു പറയുന്നതിന്റെ അർഥം *വ്യാമോഹങ്ങൾ ആവശ്യമായ പരിതഃസ്ഥിതി മാറ്റണമെന്നതാണ്*. അതിനാൽ, മതത്തെക്കുറിച്ചുള്ള വിമർശനം സാരാംശത്തിൽ ദുഃഖപൂരിതമായ ലോകത്തെ–ഈ ലോകത്തിന്റെ പരിവേഷമത്രെ മതം–കുറിച്ചുള്ള വിമർശനമാണ്.

മനുഷ്യൻ ഇന്ന് ബന്ധനത്തിലാണ്. പൂമാലകൊണ്ടാണ് അവനെ കെട്ടിയിട്ടിരിക്കുന്നത് എന്നാണ് ധാരണ. വിമർശനം, ഈ മിഥ്യാപൂമാല പിച്ചിച്ചീന്തി ഇരുമ്പുചങ്ങല ധരിക്കാൻ വേണ്ടിയല്ല അത് ചെയ്തത്. പിന്നെയോ, യഥാർഥത്തിലുള്ള പൂമാല അണിയുന്നതിനുവേണ്ടി. മതവിമർശനം മനുഷ്യനെ മതിഭ്രമത്തിൽനിന്ന് മോചിപ്പിക്കുന്നു. സ്വന്തം യാഥാർഥ്യത്തെ രൂപപ്പെടുത്താൻ, ചിന്തിക്കാനും പ്രവർത്തിക്കാനും അതവനെ സഹായിക്കുന്നു, തന്നിൽതന്നെ അവൻ തന്റെ സൂര്യനെ കാണുന്നു. ഇത് ചെയ്യാത്തിടത്തോളംകാലം മതമാകുന്ന മിഥ്യാസൂര്യൻ അവനെ സദാ വട്ടമിട്ടുകൊണ്ടിരിക്കും.

അതിനാൽ, *സത്യത്തിനപ്പുറമുള്ള ലോക*ത്തെ തകർത്ത് *ഈ ലോകത്തെപ്പറ്റിയുള്ള സത്യം* സ്ഥാപിക്കുകയെന്നതാണ് *ചരിത്രത്തിന്റെ കടമ*. ചരിത്രത്തിന്റെ സഹായത്തിന് നിൽക്കുന്ന ദർശനത്തിനുമുണ്ട് ഒരു അടിയന്തരകടമ. മനുഷ്യൻ അണിയുന്ന അന്യവൽക്കരണത്തിന്റെ *പാവനമായ മുഖംമൂടി* പിച്ചിച്ചീന്തിയെറിഞ്ഞശേഷം പങ്കിലമായ അന്യവൽക്കരണത്തിന്റെ മുഖംമൂടികൾ കൂടി നശിപ്പിക്കണം. അങ്ങനെ പരലോകത്തെക്കുറിച്ചുള്ള വിമർശനം ഇഹലോകത്തെക്കുറിച്ചുള്ള വിമർശനമായി മാറുന്നു. മതത്തെക്കുറിച്ചുള്ള വിമർശനം നീതിന്യായത്തെക്കുറിച്ചുള്ള വിമർശനവും മതശാസ്ത്രത്തെക്കുറിച്ചുള്ള വിമർശനം രാഷ്ട്രീയത്തെക്കുറിച്ചുള്ള വിമർശനവുമായി മാറുന്നു."

ഈ ഖണ്ഡിക ഇതേപോലെ ഉദ്ധരിച്ചുകൊണ്ട് ശ്രീ പവനൻ എഴുതുന്നു.

യാതൊരു വ്യാഖ്യാനത്തിന്റെയും ആവശ്യമില്ലാതെ മനസിലാക്കാ

വുന്ന ഈ മാർക്സിയൻ നിർവചനം നമ്മുടെ നാട്ടിലെ മാർക്സിയൻ സുഹൃത്തുക്കൾ വേണ്ടതുപോലെ മനസിലാക്കിയിട്ടുണ്ടോ എന്ന് സംശയിക്കേണ്ടിയിരിക്കുന്നു. മതം മനുഷ്യനെ മയക്കുന്ന കറുപ്പാണെന്ന് മാർക്സിയൻ വചനം സ്ഥാനത്തും അസ്ഥാനത്തും ഉദ്ധരിക്കുന്ന കേവല യുക്തിവാദികളും വൈരുധ്യാധിഷ്ഠിത ഭൗതികവാദത്തിന്റെ അടിസ്ഥാനത്തിലുള്ള ഈ മാർക്സിയൻ സമീപനത്തെ ശരിക്കും മനസിലാക്കിയതായി തോന്നുന്നില്ല.

മതത്തിന് നിലനിൽക്കാനുള്ള സാഹചര്യം മാറ്റാതെ മതവിശ്വാസം മാറുകയില്ല. അതിനാൽ ആ സാഹചര്യത്തിനെതിരായ വിമർശനം മതത്തിനെതിരായ വിമർശനം കൂടിയാണെന്ന് യുക്തിവാദികളും മതത്തിനെതിരായ വിമർശനം സാഹചര്യത്തിനെതിരായ സമരത്തിന്റെ ഭാഗമാണെന്ന് മാർക്സിയൻ സുഹൃത്തുക്കളും മനസിലാക്കേണ്ടിയിരിക്കുന്നു... (യുക്തിദർശനം, പേജ് 248)

മാർക്സിസ്റ്റുകാർ മാർക്സിന്റെ മേൽപറഞ്ഞ ആശയം പൂർണമായി ഉൾക്കൊണ്ടവരാണ്. അവരിൽ ചിലരും യുക്തിവാദികളുടെ ധാരണ തന്നെ വെച്ചു പുലർത്തുന്നുണ്ടായിരിക്കാം. എന്നാൽ, അവരുടെ മാർക്സിസത്തിന്റെ ഉരകല്ലിതാണ്. സംഘടിത തൊഴിലാളിവർഗത്തിന്റെ നേതൃത്വത്തിലുള്ള പുരോഗമന ജനാധിപത്യപ്രസ്ഥാനത്തിന്റെ നിയന്ത്രണത്തിൽ അവർ പ്രവർത്തിക്കാൻ തയ്യാറുണ്ടോ?

മതം, ആത്മീയത, വർഗസമരം, തൊഴിലാളിവർഗ രാഷ്ട്രീയം എന്നിവയെക്കുറിച്ചെല്ലാം യുക്തിവാദികൾക്കുള്ള മാർക്സിസ്റ്റ് വിരുദ്ധ ചിന്താഗതിയാണ് അവരുടെ ആശയക്കുഴപ്പത്തിന് അടിസ്ഥാനം.

മാനസികം അല്ലെങ്കിൽ ബുദ്ധിപരം, വൈകാരികം അല്ലെങ്കിൽ ഹൃദയത്തിൽ തട്ടുന്നത് എന്നിവയെ–വികാരവിചാരങ്ങളുടെ മണ്ഡലത്തെ എന്നർഥം–ആണ് ആത്മീയമെന്ന പദംകൊണ്ട് വിവക്ഷിക്കുന്നതെങ്കിൽ മാർക്സിസം ആത്മീയതയെ നിഷേധിക്കുന്നില്ല. വികാരവിചാരങ്ങളുടെതായ ഈ ആത്മീയ (ആശയ) പ്രപഞ്ചത്തെ ഭൗതികാടിസ്ഥാനത്തിൽ പരിശോധിക്കുകയാണ് മാർക്സിസം ചെയ്യുന്നത്. ഏതാണ് പ്രാഥമികം, ഭൗതികപദാർഥമോ ആശയപ്രപഞ്ചമോ എന്ന ചോദ്യത്തിനുള്ള ഉത്തരമാണ് ഭൗതികവാദികളെയും ആശയവാദികളെയും വേർതിരിക്കുന്നത്. ആശയപ്രപഞ്ചമാണ് പ്രാഥമികം, അതിന്റെ സൃഷ്ടിയാണ് ഭൗതികപ്രപഞ്ചം എന്ന് വാദിക്കുന്നവർ ആശയവാദികൾ; നേരേമറിച്ച് ഭൗതികപ്രപഞ്ചത്തിന്റെ സൃഷ്ടിയാണ് ആശയപ്രപഞ്ചമെന്ന് വാദിക്കുന്നവർ ഭൗതികവാദികൾ.

പക്ഷെ, മാർക്സിസം വെറും ഭൗതികവാദമല്ല. വൈരുധ്യാത്മകവും ചരിത്രപരവുമായ ഭൗതികവാദമാണ്. എന്നുവെച്ചാൽ, ഭൗതികപദാർഥത്തിൽനിന്ന് ആശയപ്രപഞ്ചം എങ്ങനെ ഉണ്ടാകുന്നു, എന്തുകൊണ്ട് ഭൗതികപദാർഥങ്ങളുടെ വളർച്ചയിൽ ഒരു ഘട്ടത്തിൽ ആശയപ്രപഞ്ചം രൂപംകൊള്ളുന്നു, രൂപംകൊണ്ടു കഴിഞ്ഞാൽ പിന്നെ ഭൗതിക

പ്രപഞ്ചത്തിന്റെ വളർചയിൽതന്നെ അത് എന്തു സ്വാധീനം ചെലുത്തുന്നു എന്നെല്ലാം മൂർത്തമായി പരിശോധിക്കുന്ന ഒരു വൈജ്ഞാനിക വീക്ഷണമാണ് മാർക്സിസത്തിന്റേത്.

മാർക്സും എംഗൽസും പിന്നീട് ലെനിനും മതത്തെക്കുറിച്ച് എഴുതിയതെല്ലാം പരിശോധിച്ചാൽ യുക്തിവാദികൾ കരുതുന്നതുപോലെ, മനുഷ്യരുടെ 'അജ്ഞതയിൽനിന്ന്മാത്രം ഉടലെടുക്കുന്ന ഒന്നായി മതത്തെ കാണാൻ' മാർക്സിസം-ലെനിനിസം തയ്യാറായിട്ടില്ലെന്നുകാണാം.

ആദ്യം പ്രകൃതിയുടെ മുമ്പിലും പിന്നീട് ചൂഷകവർഗത്തിന്റെ മുമ്പിലും നിസഹായനായ മനുഷ്യൻ ആ നിസഹായതയിൽനിന്ന് രക്ഷപ്പെടാൻവേണ്ടി സൃഷ്ടിക്കുന്ന ലോകമാണ് മതത്തിന്റേത്. ഈ നിസഹായത തുടരുന്നിടത്തോളംകാലം മതവും തുടരും. മുകളിൽ കൊടുത്ത അവതാരികയിൽ മാർക്സ് പറഞ്ഞതെന്താണ്?

മനുഷ്യൻ പ്രപഞ്ചത്തിനുവെളിയിലുള്ള ഒരു അമൂർത്ത വസ്തുവല്ല. ഭരണകൂടവും സമൂഹവും എല്ലാം അടങ്ങുന്ന മനുഷ്യപ്രപഞ്ചത്തിന്റെ ഒരു ഭാഗമാണ്. ഈ സമൂഹം, ഭരണകൂടം, മതത്തെ സൃഷ്ടിക്കുന്നു. തലതിരിഞ്ഞ പ്രപഞ്ചബോധമാണ് മതം. കാരണം, ചൂഷണത്തിൽ അധിഷ്ഠിതമായ ഈ സമൂഹംതന്നെ ഒരു തലതിരിഞ്ഞ പ്രപഞ്ചമാണ്. ഈ തലതിരിഞ്ഞ പ്രപഞ്ചത്തെക്കുറിച്ചുള്ള സാമാന്യവൽകൃത സിദ്ധാന്തമായിത്തീരുന്നു മതം. അതുകൊണ്ടുതന്നെ മതത്തിനെതിരായ സമരം പരലോകത്തിനെതിരായ സമരമാണ്. ഈ പരലോകത്തിന്റെ ആത്മീയമായ അമൃതാണ് മതം.

അതായത്, വാനരനിൽനിന്ന് നരനിലേക്കുള്ള പരിണാമം നടക്കുമ്പോഴും പിന്നീട് ചൂഷകവ്യവസ്ഥയുടെ ഫലമായും നിസഹായരായ മനുഷ്യർ നിസഹായതയിൽനിന്ന് കരകയറാൻ നടത്തുന്ന ശ്രമത്തിന്റെ സന്തതിയാണ് മതം. മാർക്സ് തുടർന്ന് പറയുന്നതുപോലെ, "മതപരമായ വ്യാമോഹമെന്ന സൂര്യനുചുറ്റും മനുഷ്യൻ കറങ്ങിക്കൊണ്ടിരിക്കുന്നു. തനിക്ക് തന്നെ ചുറ്റും കറങ്ങാൻ മനുഷ്യന് കഴിയുന്നതുവരെ ഇത് തുടരുകയും ചെയ്യും..... സ്വർഗലോകത്തിന്റെ വിമർശനം ഭൂലോകത്തിന്റെ വിമർശനമായി മാറുന്നു; *മതത്തിന്റെ വിമർശനം അധികാരാവകാശങ്ങളുടെ വിമർശനമായി* മാറുന്നു. മതസിദ്ധാന്തങ്ങളുടെ വിമർശനം രാഷ്ട്രീയ വിമർശനമായി മാറുന്നു."

മാർക്സിസം നമ്മെ ഉപദേശിക്കുന്നത് മതപരമായ വ്യാമോഹങ്ങളെ രാഷ്ട്രീയ മണ്ഡലങ്ങളിലെ വ്യാമോഹങ്ങൾക്കെതിരായ സമരമാക്കി ഉയർത്താനാണ്. അതായത്, യുക്തിവാദപരമായ മതവിമർശനത്തെ വർഗ സമരാടിസ്ഥാനത്തിലുള്ള സാമൂഹ്യവിമർശനമാക്കി ഉയർത്താനാണ്.

ഇത്ര വ്യാപകമായ കാഴ്ചപ്പാടോടുകൂടി താനാവിഷ്കരിച്ച ദാർശനികവീക്ഷണം വിശദീകരിക്കുന്നതിനിടക്ക് മാർക്സ് പ്രയോഗിച്ച ഒരു

വാചകം– മതം മനുഷ്യനെ മയക്കുന്ന കറുപ്പാണ് – സന്ദർഭത്തിൽനിന്ന് അടർത്തിയെടുത്ത്, അതാണ്, അത് മാത്രമാണ്, മാർക്സിന് മതത്തോടുള്ള മാർക്സിസ്റ്റ് സമീപനമെന്ന് വ്യാഖ്യാനിക്കുന്നത്, മാർക്സിസത്തെ വികൃതമായി വളച്ചൊടിക്കലാണ്.

ഈ മതം മാനവസമൂഹത്തിൽനിന്ന് എന്ന് അപ്രത്യക്ഷമാകും എന്നതിനെക്കുറിച്ച് എംഗൽസ്, ദൂറിങ്ങിനെതിരെ എന്ന പുസ്തകത്തിൽ വളരെ വ്യക്തമായി പറഞ്ഞിട്ടുണ്ട്. നോക്കുക.

മതം അപ്രത്യക്ഷമാകുന്നതെപ്പോൾ

മനുഷ്യരുടെ ദൈനംദിന ജീവിതത്തെ നിയന്ത്രിക്കുന്ന ബാഹ്യശക്തികളുടെ മനുഷ്യമനസുകളിലുള്ള അദ്ഭുതകരമായ പ്രതിഫലനമല്ലാതെ മറ്റൊന്നുമല്ല എല്ലാ മതങ്ങളും. ഇഹലോകശക്തികൾ അമാനുഷികശക്തികളുടെ രൂപം കൈക്കൊള്ളുന്നതാണ് ഈ പ്രതിഫലനം. ചരിത്രത്തിന്റെ പ്രാരംഭകാലത്ത് പ്രകൃതിശക്തികളാണ് ആദ്യം ഇങ്ങനെ പ്രതിഫലിക്കപ്പെട്ടത്; പരിണാമത്തിന്റെ പിന്നീടുള്ള പ്രക്രിയയിൽ വിവിധ ജനതകൾക്കിടയിൽ ഇവ വൈവിധ്യമാർന്നതും ബഹുവിധങ്ങളുമായ വ്യക്തിരൂപങ്ങൾ കൈക്കൊണ്ടു. പുരാണങ്ങളെക്കുറിച്ചുള്ള താരതമ്യപഠനം ഈ ആദ്യകാലപ്രക്രിയയെ ഇന്തോ–യൂറോപ്യൻ ജനതയുടെ കാര്യത്തിലെങ്കിലും ഇന്ത്യൻ വേദങ്ങളിലുള്ള അതിന്റെ ഉദ്ഭവം വരെ പിൻതുടർന്നിട്ടുണ്ട്. അതിന്റെ പിന്നീടുള്ള പരിണാമത്തിൽ ഇന്ത്യക്കാർ, പേർഷ്യക്കാർ, ഗ്രീക്കുകാർ, റോമക്കാർ, ജർമൻകാർ എന്നിവരുടെ കാര്യത്തിൽ വിശദമായും കെൽട്ടുകാർ, ലിത്വേനിയക്കാർ, സ്ളാവുകൾ എന്നിവരുടെ കാര്യത്തിൽ വിവരം ലഭ്യമായിട്ടുള്ളിടത്തോളവും ഇത് പ്രകടമാക്കിയിട്ടുണ്ട്. എന്നാൽ പ്രകൃതിശക്തികൾക്കൊപ്പം സമൂഹശക്തികളും സജീവമാകാൻ ഏറെക്കാലം വേണ്ടിവന്നില്ല. ഈ സമൂഹശക്തികൾ പ്രകൃതി ശക്തികളെപ്പോലെ അന്യവും ആദ്യഘട്ടത്തിൽ അതേപോലെ തന്നെ അജ്ഞാതവുമായിട്ടാണ് മനുഷ്യന് അനുഭവപ്പെട്ടത്. പ്രകൃതിശക്തികളെപ്പോലെ തന്നെ അവയും മനുഷ്യന്റെമേൽ മേധാവിത്വം പുലർത്തുന്നത് തികച്ചും സ്വാഭാവികമായി തോന്നപ്പെട്ടു. അജ്ഞാതങ്ങളായ പ്രകൃതിശക്തികളെ മാത്രം ആദ്യം പ്രതിഫലിപ്പിച്ച അദ്ഭുതകരങ്ങളായ രൂപങ്ങൾ ഈ ഘട്ടത്തിൽ സാമൂഹ്യഗുണവിശേഷങ്ങൾ സ്വായത്തമാക്കി ചരിത്രശക്തികളുടെ പ്രതിനിധികളായി മാറി. പരിണാമത്തിന്റെ അതിനുശേഷമുള്ള ഒരു ഘട്ടത്തിൽ അസംഖ്യം വരുന്ന ദൈവങ്ങളുടെ പ്രാകൃതികവും സാമൂഹ്യവുമായ എല്ലാ ഗുണവിശേഷങ്ങളും സർവശക്തനായ ഒരൊറ്റ ദൈവത്തിന് കൈമാറപ്പെട്ടു. അമൂർത്തമനുഷ്യന്റെ പ്രതിഫലനം മാത്രമാണ് ഈ ദൈവം. ഏക ദൈവമതത്തിന്റെ ഉദ്ഭവം ഇങ്ങനെയായിരുന്നു. ചരിത്രപരമായി പിൽക്കാല ഗ്രീക്കുകാരുടെ ഉപരിപ്ളവദർശനത്തിന്റെ അവസാന ഉൽപ്പന്നമായിരുന്നു ഇത്. ജൂതൻമാരുടെ തികച്ചും

ദേശീയ ദൈവമായ യാഹോവയായിരുന്നു ഈ സർവശക്ത ദൈവത്തിന്റെ അവതാരം. സൗകര്യപ്രദവും കയ്യൊതുക്കമുള്ളതും സാർവത്രികമായി ഉപയോഗിക്കാവുന്നതുമാണ് ഈ രൂപം. മനുഷ്യർ പ്രാകൃതിക സാമൂഹ്യശക്തികളുടെ നിയന്ത്രണത്തിൻകീഴിൽ നിലനിൽക്കുന്നിടത്തോളം കാലം അവരുടെമേൽ ആധിപത്യം പുലർത്തുന്ന അന്യമായ പ്രാകൃതികശക്തികളുമായുള്ള മനുഷ്യബന്ധത്തിന്റെ അടിയന്തരമായ അല്ലെങ്കിൽ വൈകാരികമായ രൂപമായി മതത്തിന് മേൽപറഞ്ഞ രൂപത്തിൽ നിലനിൽക്കാവുന്നതാണ്. എന്നാൽ നിലവിലുള്ള ബൂർഷ്വാ സമൂഹത്തിൽ മനുഷ്യരുടെ മേൽ അവർ തന്നെ ഉണ്ടാക്കിയ സാമ്പത്തിക സാഹചര്യങ്ങൾ – ഇവയെ സൃഷ്ടിച്ചിട്ടുള്ളത് അവർതന്നെ നടത്തിയിട്ടുള്ള ഉൽപ്പാദനമാണ്– ഒരന്യശക്തി എന്നപോലെ മേധാവിത്വം പുലർത്തുന്നതായി നാം പലതവണ കണ്ടുകഴിഞ്ഞു. അതിനാൽ മതത്തിന് ജന്മം കൊടുക്കുന്ന പ്രതിഫലനപ്രവർത്തനത്തിന്റെ യഥാർഥമായ അടിസ്ഥാനം തുടർന്നും നിലവിലിരിക്കുന്നു; അതോടൊപ്പം മതപരമായ പ്രതിഫലനവും നിലനിൽക്കുന്നു. ഈ അന്യ ആധിപത്യത്തിന്റെ കാര്യകാരണ ബന്ധത്തിലേക്ക് ബൂർഷ്വാ അർഥശാസ്ത്രം ഒരളവോളം വെളിച്ചം നൽകിയിട്ടുണ്ടെങ്കിലും ഇത് മൗലികമായ ഒരു വ്യത്യാസം ഉണ്ടാക്കുന്നില്ല. ബൂർഷ്വാ സാമ്പത്തിക ശാസ്ത്രത്തിന് കുഴപ്പങ്ങളെ പൊതുവെ തടയാനോ ഓരോ മുതലാളിയെയും നഷ്ടത്തിൽനിന്നും കിട്ടാകടങ്ങളിൽനിന്നും പാപ്പരത്തത്തിൽനിന്നും രക്ഷിക്കാനോ ഓരോ തൊഴിലാളിയെയും തൊഴിലില്ലായ്മയിൽനിന്നും ദാരിദ്ര്യത്തിൽനിന്നും കരകയറ്റാനോ കഴിയില്ല. മനുഷ്യൻ ഇച്ഛിക്കുന്നു. ദൈവം (അതായത് മുതലാളിത്ത ഉൽപ്പാദനരീതിയുടെ അന്യമായ മേധാവിത്വം) നിശ്ചയിക്കുന്നു എന്നത് ഇപ്പോഴും ശരിയാണ്. ബൂർഷ്വാ സാമ്പത്തിക ശാസ്ത്രത്തെക്കാൾ ആഴവും പരപ്പുമുണ്ടായാലും വെറും വിജ്ഞാനത്തിന് സമൂഹശക്തികളെ സമൂഹത്തിന്റെ മേധാവിത്വത്തിൻകീഴിൽ കൊണ്ടുവരാൻ കഴിയില്ല. ഇതിന് മറ്റെന്തിനേക്കാളും ആവശ്യമായിട്ടുള്ളത് ഒരു സാമൂഹ്യപ്രക്രിയയാണ്. ഈ ക്രിയ പൂർത്തിയാക്കിയാൽ മാത്രമെ, സമൂഹം തന്നെ സൃഷ്ടിച്ചിട്ടുള്ളതും തടുക്കാനാവാത്ത ഒരന്യശക്തിയായി അതിനെ തുറിച്ചുനോക്കുന്നതുമായ ഉൽപ്പാദനോപകരണങ്ങളുടെ അടിമത്തത്തിൽനിന്ന്, എല്ലാ ഉൽപ്പാദനോപകരണങ്ങളെയും പിടിച്ചടക്കിക്കൊണ്ടും അവയെ ആസൂത്രിതമായി ഉപയോഗിച്ചുകൊണ്ടും സമൂഹവും അതിലെ എല്ലാ അംഗങ്ങളും സ്വയം വിമോചനം നേടിയാൽ മാത്രമെ, അങ്ങനെ മനുഷ്യൻ ഇച്ഛിക്കുക മാത്രമല്ല, നിശ്ചയിക്കുകയും കൂടി ചെയ്താൽ മാത്രമെ, മതത്തിൽ ഇപ്പോഴും പ്രതിഫലിക്കപ്പെടുന്ന അവസാനത്തെ അന്യശക്തിയും മാഞ്ഞുപോവുകയുള്ളൂ. അതോടൊപ്പം മതപരമായ പ്രതിഫലനം തന്നെയും മാഞ്ഞുപോകും–പിന്നെ പ്രതിഫലിക്കാൻ യാതൊന്നും ബാക്കിയുണ്ടാവുകയില്ലെന്ന ലളിതമായ കാരണംകൊണ്ട്.

യുക്തിവാദം ആശയപരമായ അടിത്തറ

താത്വികമായി നോക്കിയാൽ യുക്തിവാദവും മാർക്സിസവും തമ്മിൽ അജഗജാന്തരമുണ്ട്.

പ്രത്യക്ഷത്തിൽ മതസിദ്ധാന്തങ്ങളെ എതിർക്കുന്നതാണെന്ന് പറയാമെങ്കിലും, യുക്തിവാദം 'ഭൗതികവീക്ഷണത്തോടെയല്ല പ്രശ്നങ്ങൾ കൈകാര്യം ചെയ്യുന്നത്.' തെറ്റായ ആശയങ്ങളെ ശരിയായ ആശയങ്ങൾകൊണ്ട് നേരിടുക, മതത്തെ എതിർക്കാൻ ശാസ്ത്രത്തിന്റെ കണ്ടുപിടുത്തങ്ങൾ ഉപയോഗിക്കുക–ഇതാണതിന്റെ സമീപനം. തെറ്റും ശരിയുമായ ആശയങ്ങൾക്കുതന്നെ ഭൗതികമായ അടിത്തറയുണ്ടെന്ന കാര്യം മനസ്സിലാക്കാതെ ആവശ്യങ്ങളുടെ നിലവാരത്തിൽമാത്രം മതത്തെ എതിർക്കുകയാണ് യുക്തിവാദികൾ. അതെങ്ങനെ ഭൗതികവാദമാകും?

ഇതിന് ഒന്നാംതരം ഒരു ഉദാഹരണമാണ് കൃഷ്ണന്റെയും ക്രിസ്തുവിന്റെയും പ്രശ്നവും അതുസംബന്ധിച്ച് യുക്തിവാദികൾ നടത്തുന്ന വിമർശനവും.

ഇതിഹാസകഥകൾ, ഐതിഹ്യങ്ങൾ എന്നിവയിലൂടെ പുറത്തുവരുന്ന കഥാപാത്രങ്ങൾ ആദിമമനുഷ്യന്റെ ഭാവനയും യാഥാർഥ്യവും ചേർന്നുളവായതാണ്. പൗരാണിക ഗ്രീക്ക് ഇതിഹാസങ്ങളിലെ അതികായനായ പ്രൊമിത്യൂസിനെപ്പറ്റി മാക്സിം ഗോർക്കി പറയുന്നത് ഇവിടെ ശ്രദ്ധേയമാണ്: പ്രകൃതി പ്രതിഭാസങ്ങളുമായി സദാ പടവെട്ടിക്കൊണ്ടിരിക്കുന്ന മനുഷ്യൻ ആ പോരാട്ടത്തിൽ തനിക്കുള്ള ശക്തിയെക്കുറിച്ച് ആത്മവിശ്വാസത്തോടെ ഭാവനയിൽ മെനഞ്ഞെടുത്ത വീരനായകനായാണ് ഗോർക്കി പ്രൊമിത്യൂസിനെ വിശേഷിപ്പിച്ചത്. അതടക്കം ഇതിഹാസങ്ങളെക്കുറിച്ചെല്ലാം ഗോർക്കി നൽകുന്ന വിശദീകരണം കൃഷ്ണനും ക്രിസ്തുവുമടക്കമുള്ള മതഗ്രന്ഥങ്ങളിലെ നായികാ നായകൻമാർക്കെല്ലാം ബാധകമാണ്.

ആദിമകാല മനുഷ്യന്റെ കൃതികളിൽ ഭാവനയും യാഥാർഥ്യവും ഇടകലർന്നിരിക്കുന്നു. അതിൽ മതം, ദർശനം, സാഹിത്യം എന്നിവയുടെയെല്ലാം അംശങ്ങൾ അടങ്ങിയിരിക്കുന്നു. ഇന്നത്തേതുപോലെ ശാസ്ത്രീയാടിസ്ഥാനത്തിൽ രചിക്കപ്പെട്ട ചരിത്രമില്ലാതിരുന്ന അന്നത്തെ കാലഘട്ടത്തിൽ തലമുറതലമുറയായി മനുഷ്യ മനസിൽ പതിഞ്ഞിട്ടുള്ള നിരവധി നായികാനായകൻമാർ ഉയർന്നുവന്നു. ഇതിഹാസങ്ങളും ഐതിഹ്യങ്ങളും ഇത്തരം നായികാനായകൻമാരെക്കൊണ്ട് നിറഞ്ഞിരിക്കുന്നു.

ഇങ്ങനെ നൂറ്റാണ്ടുകളോളം കാലത്ത് മനുഷ്യന് പകർന്നുകിട്ടിയിട്ടുള്ള ഈ കഥാപാത്രങ്ങളിൽ ആരെല്ലാം ജീവിച്ചിരുന്നു, ആരുടെയെല്ലാം കഥകളിൽ സത്യത്തിന്റെ എത്ര അംശമുണ്ട്, എന്ന് തിട്ടപ്പെടുത്താൻ സാധ്യമല്ല. നിഷ്കൃഷ്ട ഗവേഷണങ്ങളുടെ ഫലമായി ഇതുസംബന്ധിച്ച് താരതമ്യേന കൂടുതൽ ശരിയായ വിവരം നമുക്ക് കിട്ടിയേ

ക്കും. അക്കൂട്ടത്തിൽ കൃഷ്ണനെയും ക്രിസ്തുവിനെയും കുറിച്ച് പഠനം നടത്തുന്നത് നല്ലതാണ്.

എന്നാൽ, പ്രശ്നം അതല്ല. കൃഷ്ണനും ക്രിസ്തുവും ജീവിച്ചിരുന്നാലും ഇല്ലെങ്കിലും, അവരെ സംബന്ധിച്ച കഥകൾ തലമുറതലമുറകളായി ജനങ്ങൾക്കിടയിൽ പ്രചരിച്ചിട്ടുണ്ട്: ഇതിൽനിന്നുളവായ സാമൂഹ്യബോധം ജനകോടികളിൽ അഗാധമായി വ്യാപിച്ചിട്ടുണ്ട്. വ്യാപകമായിത്തീർന്ന ഈ സാമൂഹ്യബോധം തന്നെ ഒരു ഭൗതികശക്തിയാണ്. ഇതുകൂടി കണക്കിലെടുക്കാതെ തൊഴിലാളിവർഗത്തിന് മുന്നേറാൻ വയ്യ.

മാർക്സിസം, പ്രൊമിത്യൂസിന്റെ ഉദ്ഭവത്തെക്കുറിച്ച് ഗോർക്കി ചൂണ്ടിക്കാണിച്ചതുപോലെ വിവിധ കാലഘട്ടങ്ങളിൽ വിവിധ രാജ്യങ്ങളിൽ ഉയർന്നു വന്നിട്ടുള്ള ഐതിഹ്യങ്ങൾ, ഇതിഹാസകഥകൾ എന്നിവയെ അവ ഉദ്ഭവിച്ച കാലത്തും രാജ്യത്തുമുണ്ടായിരുന്ന സാമൂഹ്യപരിതഃസ്ഥിതികളുടെ വെല്ലുവിളികൾ പരിശോധിക്കുന്നുണ്ട്. ചരിത്രപരമായ ഭൗതികവാദം എന്നപേരിൽ അറിയപ്പെടുന്ന മാർക്സിസ്റ്റ് വീക്ഷണം ഏതാശയവും രൂപംകൊള്ളുന്നതിന് അതിന്റേതായ വസ്തുനിഷ്ഠ സാഹചര്യമുണ്ടെന്ന് മനസിലാക്കുന്നു. അതെന്തെന്ന് പരിശോധിക്കാൻ ശ്രമിക്കുന്നു. വസ്തുനിഷ്ഠ സാഹചര്യങ്ങളിൽ വരുന്ന മാറ്റങ്ങൾക്കൊത്ത് ആദ്യം ഐതിഹ്യങ്ങളിലൂടെയും ഇതിഹാസ കഥകളിലൂടെയും രൂപംകൊണ്ട സാമൂഹ്യബോധം വളരുന്ന പ്രക്രിയ സൂക്ഷ്മമായി പരിശോധിക്കുന്നു. സമൂഹത്തിന്റെ വളർച്ചയും വിരുദ്ധവർഗങ്ങളുടെ സംഘട്ടനവും തുടങ്ങിയതിൽ പിന്നീടാകട്ടെ, വർഗ സംഘട്ടനത്തിന്റെ പ്രതിഫലനമെന്ന നിലയ്ക്ക് സാമൂഹ്യ പുരോഗതിയെ സഹായിക്കുന്നതും തടയുന്നതുമായ ആശയങ്ങൾ രൂപംകൊള്ളുന്നതും അവ തമ്മിൽ ഏറ്റുമുട്ടുന്നതും സൂക്ഷ്മമായി പരിശോധിക്കുന്നു.

അതേയവസരത്തിൽ അന്ധവിശ്വാസം, മതസംഘടനകൾ, ആധുനിക സയൻസ്, യുക്തിവാദവും മാർക്സിസവും–ഇതെല്ലാം എങ്ങനെ ഉണ്ടായി എന്ന് മനസിലാക്കുവാൻ യുക്തിവാദം നമ്മെ സഹായിക്കുകയില്ല. ഈ വിശ്വാസവും യുക്തിയും എങ്ങനെ ഉളവായി അല്ലെങ്കിൽ വിശ്വാസത്തിൽനിന്ന് യുക്തിയിലേക്ക് മനുഷ്യൻ എങ്ങനെ പുരോഗമിച്ചു എന്ന ചോദ്യത്തിന് ഉത്തരം കാണാൻ യുക്തിവാദത്തിന് കഴിയില്ല. അടുത്ത കാലംവരെ മനുഷ്യരെല്ലാം മൂഢരായിരുന്നു. അതുകൊണ്ട് അവർ വിശ്വാസികളായി, അവരുടെ മൂഢത ഇല്ലാതാക്കി വിജ്ഞാനം അവരിലേക്ക് പകർന്നുകൊടുത്താൽ വിശ്വാസത്തിന്റെ മേൽ യുക്തി വിജയംനേടും – ഇതാണ് യുക്തിവാദികളുടെ ധാരണ. അതുകൊണ്ട് അവർ പറയുന്നു.

"യുക്തിയേന്തി മനുഷ്യന്റെ
ബുദ്ധിശക്തി ഖനിച്ചതിൽ
ലഭിച്ചതല്ലാതില്ലൊന്നും
ലോകവിജ്ഞാന രാശിയിൽ"

യാന്ത്രിക–ഭൗതികവാദത്തെ ആസ്പദമാക്കിയതാണ് ഈ പരിശോധനാരീതി. ഒട്ടേറെ പല്ലുകളും ചക്രങ്ങളും മറ്റവയവങ്ങളും കൂട്ടിച്ചേർത്തുണ്ടാക്കിയ ഒരു യന്ത്രംപോലെയാണ് മനുഷ്യൻ, യന്ത്രത്തിന്റെ ചലനം പോലെയാണ് മനുഷ്യന്റെ ജീവിതം, വിചാരവികാരങ്ങൾ എന്നിവയും എന്നാണ് യാന്ത്രിക–ഭൗതികവാദം കരുതുന്നത്.ഇതനുസരിച്ച് ബുദ്ധി, ബോധം, സ്നേഹക്രോധാദിവികാരങ്ങൾ എന്നിവയെ പരിശോധിക്കാൻ തുടങ്ങുമ്പോൾ അവിടെ യുക്തിവാദവും നിസഹായമായിപോകുന്നു.

മാർക്സിസം–ലെനിനിസമാകട്ടെ, യാന്ത്രികഭൗതികവാദത്തെയല്ല വൈരുധ്യാത്മകവും ചരിത്രപരവുമായ ഭൗതികവാദത്തെയാണ് ആശ്രയിച്ചിരിക്കുന്നത്. സഹസ്രാബ്ദങ്ങളിലെ വളർച്ച വാനരനെ എങ്ങനെ നരനാക്കിത്തീർത്തു എന്നും നരനായിത്തീർന്നതിൽ പിന്നീട് പ്രകൃതിയെ മാറ്റിത്തീർക്കുന്ന പ്രക്രിയയിൽ അവൻ എങ്ങനെ സ്വയം മാറിയെന്നും വിവരിക്കുന്ന ഒരു ശാസ്ത്രീയദർശനമാണ് മാർക്സിസം–ലെനിനിസം.

പ്രകൃതി പ്രതിഭാസങ്ങളെ നേരിടാൻ തുടങ്ങിയ മനുഷ്യൻ അവയിൽനിന്നുണ്ടാകുന്ന ആപത്ത് ഒഴിവാക്കുന്നതിനുവേണ്ടി അവയിൽ മനുഷ്യത്വം ദർശിക്കുകയും അങ്ങനെ ദൈവങ്ങളെ സൃഷ്ടിച്ചുണ്ടാക്കുകയും ചെയ്ത കാലംമുതൽ മനുഷ്യന്റെ ബുദ്ധിയും ബോധവും വളർന്നതിന്റെ ചരിത്രം ഉജ്വലമായ രീതിയിൽ എംഗൽസ് വിവരിക്കുന്നുണ്ട്. സഹസ്രാബ്ദങ്ങളായുണ്ടായ ഈ വളർച്ചയുടെ ഒരു ഘട്ടത്തിൽ കല, വിവിധ ശാസ്ത്രശാഖകൾ എന്നിവയ്ക്ക് രൂപം നൽകാൻ മനുഷ്യന് കഴിഞ്ഞതും പടിപടിയായി ഇതിന് വളർയുണ്ടായതും മാർക്സും എംഗൽസും വിവരിക്കുന്നുണ്ട്. പ്രകൃതിയെ തനിക്ക് കീഴ്പെടുത്താൻ മനുഷ്യൻ നടത്തിയ നിരന്തരമായ ഈ സമരത്തിലൂടെയാണ് ബുദ്ധിശക്തിയും യുക്തിയും വളർന്നുവന്നത്.

ഈ വളർച്ച ഒരു ഘട്ടമെത്തിയപ്പോഴേക്ക് മനുഷ്യന്റെ സാമൂഹ്യജീവിതത്തിൽ അടിസ്ഥാനപരമായ ഒരു മാറ്റംവന്നു; ഉള്ളവരും ഇല്ലാത്തവരും, അല്ലെങ്കിൽ ചൂഷകരും ചൂഷിതരും, എന്ന രണ്ട് ചേരികളായി സമൂഹം പിരിഞ്ഞു. ഈ രണ്ടു ചേരികൾ തമ്മിലുള്ള ഏറ്റുമുട്ടൽ സാമൂഹ്യജീവിതത്തിന്റെ മറ്റു തുറകളിലെന്നപോലെ കലാ–സാഹിത്യ–ശാസ്ത്രമേഖലകളിലും പ്രതിഫലിച്ചു. ഭൗതികസ്വത്തെന്നപോലെ സാംസ്കാരിക സ്വത്തും ഉള്ളവരുടെ കുത്തകയായും ഇല്ലാത്തവർക്കെതിരായി ഉപയോഗിക്കപ്പെടുന്ന ആയുധമായും മാറി. ആദ്യഘട്ടത്തിൽ വിവരമില്ലാത്തവരുടെ അന്ധവിശ്വാസങ്ങളായിരുന്ന അശാസ്ത്രീയ ചിന്താഗതിയാകെ പാവപ്പെട്ടവരെ മടക്കിക്കിടത്താനുള്ള കരുവാക്കിമാറ്റാൻ സ്വകാര്യസ്വത്തുടമകൾ ബോധപൂർവം ശ്രമിക്കുകയും അതിൽ വലിയൊരളവുവരെ അവർ വിജയിക്കുകയും ചെയ്തു.

ഇതിൽനിന്നാണ് വർഗസമരവും ദാർശനികവീക്ഷണവും തമ്മി

ലുള്ള ബന്ധം സംബന്ധിച്ച വിലയേറിയ ഒരു നിഗമനത്തിൽ മാർക്സിസം എത്തിച്ചേരുന്നത്. അതായത്, അന്ധവിശ്വാസത്തിനെതിരായ യുക്തിവാദത്തിന്റെ സമരം വിജയിക്കണമെങ്കിൽ ഉള്ളവർക്കെതിരായി ഇല്ലാത്തവർ നടത്തുന്ന വർഗസമരം വിജയിക്കണം. നേരെമറിച്ച്, ഉള്ളവർക്കെതിരായി ഇല്ലാത്തവർ നടത്തുന്ന സമരം വിജയിക്കണമെങ്കിൽ, ഉള്ളവരുടെ കൈയിൽ ഇന്നുള്ള മറ്റുപല ആയുധങ്ങളുമെന്നപോലെ അന്ധവിശ്വാസം, മതസംഘടനകൾ എന്നിവയും തട്ടിത്തെറിപ്പിക്കണം. ആധുനിക തൊഴിലാളിവർഗം നിറവേറ്റാനുള്ള ചുമതല പൂർത്തിയാകണമെങ്കിൽ വർഗസമരത്തിലെ തൊഴിലാളിവർഗപക്ഷപാതം, ദാർശനികരംഗത്തിലെ ഭൗതികവാദചിന്താഗതി എന്നീ രണ്ടു ഘടകങ്ങളെ ഏകോപിപ്പിക്കണമെന്നർഥം.

ഇതിൽ വർഗസമരത്തിലെ തൊഴിലാളിവർഗ പക്ഷപാതിത്വം അംഗീകരിക്കാൻ യുക്തിവാദം തയ്യാറില്ല. വർഗസമരത്തിനെതിരായ പരിഗണനകൾക്കതീതമായി "യുക്തിയേന്തി മനുഷ്യന്റെ ബുദ്ധിശക്തി ഖനി"ക്കാനാണ് അത് ശ്രമിക്കുന്നത്. യുക്തിവാദത്തിന്റെ ഈ അപര്യാപ്തത ചൂണ്ടിക്കാണിക്കാതിരിക്കാൻ മാർക്സിസത്തിന് കഴിയുക്കയില്ല.

വർഗസമരം

ഭൂരിപക്ഷം ജനങ്ങൾ ഒരു ന്യൂനപക്ഷംമാത്രം വരുന്ന ഭരണവർഗങ്ങളുടെ ചൂഷണത്തിനിരയാവുക, ഈ രണ്ടു വിഭാഗങ്ങളും നിരന്തരം ഏറ്റുമുട്ടുക–ഇതാണല്ലൊ വർഗസമരത്തിന്റെ കാതലായഭാഗം. ഈ വർഗസമരത്തിൽ പങ്കെടുക്കുന്ന രണ്ടു ചേരികളിലും മതവിശ്വാസികളുമുണ്ട്, നാസ്തികരുമുണ്ട്. ഈ രണ്ട് വിഭാഗങ്ങളിലുംപെട്ട നാസ്തികർ ചേർന്ന് രണ്ടിലുംപെട്ട മതവിശ്വാസികൾക്കെതിരായി പോരാടുമോ, അതോ, മതവിശ്വാസി–നാസ്തികവ്യത്യാസമില്ലാതെ ചൂഷണത്തിനിരയാകുന്നവർ മുഴുവൻ ചൂഷകർക്കെതിരായി യോജിച്ച് പോരാടണമോ–ഇതിനുത്തരം നൽകുന്നതിലാണ് ബൂർഷ്വായുക്തിവാദികളും മാർക്സിസ്റ്റുകാരും തമ്മിലുള്ള വ്യത്യാസം.

ചൂഷക–ചൂഷിത വ്യത്യാസമില്ലാതെ നാസ്തികരെയെല്ലാം യോജിപ്പിക്കാനുള്ള സമീപനത്തിൽ–വർഗസഹകരണത്തിൽ–ചെന്നെത്തുന്നതാണ് ബൂർഷ്വായുക്തിവാദത്തിന്റെ സമീപനം. മാർക്സിസത്തിന്റെതാകട്ടെ, തൊഴിലാളി വർഗത്തിന്റെ നേതൃത്വത്തിൽ അധ്വാനിക്കുന്ന ബഹുജനങ്ങളുടെ സമരപരമായ ഐക്യത്തിൽ ചെന്നെത്തുന്നു.

ഈ കാഴ്ചപ്പാടനുസരിച്ച് പ്രവർത്തിക്കുന്ന കമ്യൂണിസ്റ്റ് (മാർക്സിസ്റ്റ്) പാർട്ടിക്കെതിരായി യുക്തിവാദികൾ ഒരു ആരോപണം ഉന്നയിക്കാറുണ്ട്. മതവിശ്വാസത്തിന്റെ കാര്യത്തിൽ പാർട്ടി വിട്ടുവീഴ്ച ചെയ്യുന്നു. ഭൗതികവാദത്തെ ആസ്പദമാക്കിക്കൊണ്ടുള്ള മാർക്സിസത്തിന് ഇത് യോജിച്ചതല്ല.

ഈ ആരോപണത്തിന്റെ മറുപുറമാണ് ഈയിടെ കേരളത്തിലെ

കത്തോലിക്ക ബിഷപ്പുമാർ ഈശ്വരവിശ്വാസത്തെയും നിരീശ്വരത്വത്തെയും ആസ്പദമാക്കി പുറപ്പെടുവിച്ച പ്രസ്താവന.

ഈ രണ്ടുവിഭാഗങ്ങളിലുംപെട്ട വിമർശകൻമാർ മറക്കുന്ന ഒരു കാര്യമുണ്ട്. കമ്യൂണിസ്റ്റ് (മാർക്സിസ്റ്റ്) പാർട്ടി അടക്കമുള്ള എല്ലാ മാർക്സിസ്റ്റ്–ലെനിനിസ്റ്റ് പാർട്ടികളും *കേവല ദാർശനികരുടെ സംഘടനയല്ല,* പ്രായോഗിക *വിപ്ലവകാരികളുടെ ഒരു സുസംഘടിത സേനയാണ്.* മാർക്സിന്റെ സുപ്രസിദ്ധമായ ഒരു വാചകമെടുത്ത് ഉദ്ധരിക്കാമെങ്കിൽ ദാർശനികർ പ്രപഞ്ചത്തെ വ്യാഖ്യാനിക്കുന്നു. നമുക്കാവശ്യമോ പ്രപഞ്ചത്തെ മാറ്റിത്തീർക്കലാണ്.

പ്രപഞ്ചത്തെ മാറ്റിത്തീർക്കുന്നതിനുള്ള ശക്തി കിടക്കുന്നതാകട്ടെ തൊഴിലാളിവർഗത്തിലും മറ്റധ്വാനിക്കുന്ന ബഹുജനങ്ങളിലുമാണ്. അതിൽ ബഹുഭൂരിപക്ഷവും ഇതിനുമുകളിൽ ചൂണ്ടിക്കാണിച്ചതുപോലെ മതവിശ്വാസികളാണ്. അപ്പോൾ *മതവിശ്വാസികളും അവിശ്വാസികളുമടങ്ങുന്ന തൊഴിലാളികളെയും മറ്റധ്വാനിക്കുന്ന ജനങ്ങളെയും സംഘടിപ്പിച്ചണിനിരത്തി* ചൂഷകവർഗ ഭരണകൂടത്തെ തകർക്കുകയെന്ന ജോലിയിൽനിന്ന് ഒഴിഞ്ഞുനിന്നുകൊണ്ട് "ഭൗതികവാദ ദർശനത്തെ അടിസ്ഥാനപ്പെടുത്തി പ്രപഞ്ചത്തെ വ്യാഖ്യാനിക്കു"ന്നതുകൊണ്ട് ഒരു തൊഴിലാളിവർഗ വിപ്ലവകാരിക്ക് അയാളുടെ കടമ നിറവേറ്റാൻ കഴിയുകയില്ല.

ഇവിടെയാണ് യുക്തിവാദവും മാർക്സിസവും തമ്മിലുള്ള അന്തരം കിടക്കുന്നത്. യുക്തിവാദിയുടെ ദൃഷ്ടിയിൽ മതം യുക്തിരഹിതമാണ്. അതിനെതിരായ സമരമല്ലാതെ മറ്റൊന്നും ചെയ്യാനില്ല. മാർക്സിസ്റ്റുകാർക്കാകട്ടെ, അധ്വാനിക്കുന്ന ബഹുജനങ്ങളുടെ സംഘടിത സമരമാണ് സർവപ്രധാനം. ഈ സമരവുമായി ബന്ധപ്പെടുത്തിക്കൊണ്ടുവേണം ദാർശനികരംഗത്ത് ആശയവാദത്തിനെതിരായ സമരംനടത്താൻ.

അതായത്, മതത്തിനും അന്ധവിശ്വാസങ്ങൾക്കും ആചാരാനുഷ്ഠാനങ്ങൾക്കുമെതിരായ സമരത്തെ സാമ്പത്തിക രാഷ്ട്രീയരംഗങ്ങളിൽ നടത്തുന്ന വർഗസമരത്തിന് കീഴ്പെടുത്തുക; വിശ്വാസികളും അവിശ്വാസികളുമായ ബഹുജനങ്ങളെയാകെ പൊതുശത്രുക്കളായ ചൂഷകർക്കെതിരായി യോജിപ്പിക്കുക–ഇതാണ് മാർക്സിസ്റ്റ് വീക്ഷണം.

ഇതിനുപകരം വർഗസമരത്തെ മതവിരുദ്ധ ആശയസമരത്തിന് കീഴ്പെടുത്താനുള്ള പ്രവണത ബൂർഷ്വായുക്തിവാദികളിൽ കാണാം.

വർഗസമരത്തിന് കീഴ്പെടുത്തിക്കൊണ്ടുതന്നെ മതവിരുദ്ധ ആശയസമരം സംഘടിപ്പിക്കാൻ മാർക്സിസ്റ്റുകാർക്ക് ബാധ്യതയുണ്ടെന്നത് നേരാണ്. അത് നിറവേറ്റുന്ന കാര്യത്തിൽ ഒട്ടേറെ പോരായ്മകളുണ്ടാവാം. അവ പരിഹരിക്കുകയും വേണം. പക്ഷെ, അവ പരിഹരിക്കുന്നതിന്റെ പേരിൽ മതവിരുദ്ധ ആശയസമരത്തിന് സാമ്പത്തിക–രാഷ്ട്രീയ രംഗങ്ങളിലെ വർഗ സമരത്തെ കീഴ്പെടുത്താൻ മാർക്സിസ്റ്റുകാർ അനുവദിക്കരുത്.

വിശ്വാസികളും അവിശ്വാസികളും എന്ന വ്യത്യാസം കൂടാതെ ബഹുജനങ്ങളെ ആകെ പ്രക്ഷോഭ സമരങ്ങളിൽ പങ്കെടുപ്പിക്കുക, അതോടൊപ്പം വൈരുധ്യാത്മകവും ചരിത്രപരവുമായ ഭൗതികവാദം വ്യക്തമായി പ്രചരിപ്പിച്ച് ജനങ്ങളുടെ വൈജ്ഞാനിക നിലവാരം ഉയർത്തുക–ഇത് രണ്ടും ചെയ്യുന്നത് മാർക്സിസ്റ്റ്–ലെനിനിസ്റ്റുകാരുടെ കടമയാണ്.

ഇതിലാദ്യത്തേതിന്റെ പ്രാധാന്യം കാണാതെ, മതവിശ്വാസത്തിനെതിരായി ലക്കും ലഗാനുമില്ലാതെ പ്രചാരണം നടത്തുകയാണ് യുക്തിവാദികളുടെ സമീപനം. ബൂർഷ്വാ–പെറ്റിബൂർഷ്വാ രാഷ്ട്രീയക്കാരാകട്ടെ, എല്ലാത്തരം വിശ്വാസികളെയും ശക്തിപ്പെടുത്തത്തക്കവിധം മതത്തിന്റെ അടിമകളായി പ്രവർത്തിക്കുന്നു. ഈ രണ്ടു മാർക്സിസ്റ്റ് വിരുദ്ധ ചിന്താഗതികളും തൊഴിലാളിവർഗ പാർട്ടിക്കകത്ത് പ്രതിഫലിക്കുന്നത് സ്വാഭാവികമാണ്. അതുകൊണ്ടുതന്നെ രണ്ടിനും എതിരായി നിരന്തരസമരം നടത്താൻ പാർട്ടിക്ക് ബാധ്യതയുണ്ടുതാനും.

ഇതിന്റെ ഏറ്റവും നല്ല ഉദാഹരണമാണ് മാർക്സിസ്റ്റെന്ന് സ്വയം അവകാശപ്പെടുന്ന പവനനും ബൂർഷ്വാ–പെറ്റിബൂർഷ്വാ രാഷ്ട്രീയക്കാരും മുസ്ലീംലീഗിനോടെടുക്കുന്ന സമീപനം. ലീഗുമായി ധാരണയുണ്ടാക്കി കോൺഗ്രസിനെ തോൽപ്പിക്കുന്നത് പവനന്റെ ദൃഷ്ടിയിൽ മാർക്സിസത്തിനെതിരാണ്. അതിന്റെ പേരിൽ കമ്യൂണിസ്റ്റ് (മാർക്സിസ്റ്റ്) പാർട്ടിയെ മാത്രമല്ല സ്വന്തം പാർട്ടി (സി.പി.ഐ) തുടർന്നുപോരുന്ന നയത്തെപ്പോലും അദ്ദേഹം ആക്ഷേപിക്കുന്നു. എന്നാൽ, കമ്യൂണിസ്റ്റ് (മാർക്സിസ്റ്റ്) പാർട്ടി ലീഗുമായുള്ള സഖ്യത്തിനുവേണ്ടി സ്വന്തം നിലപാട് ഒരിക്കലും ഉപേക്ഷിച്ചിട്ടില്ല. അതുകൊണ്ടാണ് 1969–ൽ അവിഭക്ത ലീഗ്–കമ്യൂണിസ്റ്റ് (മാർക്സിസ്റ്റ്) പാർട്ടിയോടു സലാം പറഞ്ഞു പിരിഞ്ഞത്. എന്നിട്ടും കമ്യൂണിസ്റ്റ് (മാർക്സിസ്റ്റ്) പാർട്ടിയെ മാത്രമല്ല സ്വന്തം പാർട്ടിയെയും ലീഗിനോടുള്ള ബന്ധത്തെചൊല്ലി ആക്ഷേപിക്കുന്ന പവനന്റെ ദൃഷ്ടിയിൽ ലീഗുമായി ആദ്യം രാഷ്ട്രീയ സഖ്യമുണ്ടാക്കിയ പണ്ഡിറ്റ് നെഹ്റു ആദർശശാലിയായ യുക്തിവാദിയാണ്.

കുറെക്കാലമായി ഇന്ത്യൻ കമ്യൂണിസ്റ്റ് പ്രസ്ഥാനം അന്ധവിശ്വാസങ്ങളോട് പടപൊരുതുന്നതിൽ വേണ്ടത്ര ശ്രദ്ധിക്കുന്നില്ലെന്ന അഭിപ്രായം പൊതുവിൽ ശരിയാണ്. അതനുസരിച്ച് നടത്തേണ്ട തിരുത്തലുകൾ എങ്ങനെ നടത്തണമെന്ന് ബന്ധപ്പെട്ട പാർട്ടിഘടകങ്ങൾ പരിശോധിക്കുകയും വേണം. പക്ഷെ, മതവിശ്വാസങ്ങൾക്കെതിരായ സമരത്തെ രാഷ്ട്രീയ സമരത്തിനു കീഴ്പെടുത്തുകയെന്ന മൗലികസമീപനം തികച്ചും ശരിയാണ്.

മതത്തോടുള്ള സമീപനത്തിലെ വ്യത്യാസം

മാർക്സിസത്തിന് മതത്തോടും യുക്തിവാദത്തോടുമുള്ള സമീപനം ലെനിൻ ഇങ്ങനെ വിശദീകരിച്ചിട്ടുണ്ട്.

നാം മതത്തെ എതിർക്കണം എന്നത് എല്ലാത്തരം ഭൗതികവാദത്തിന്റെയും 'ഹരിശ്രീ'യാണ് – അതുകൊണ്ട് മാർക്സിസത്തിന്റെയും. പക്ഷെ, 'ഹരിശ്രീ'യോടുകൂടി അവസാനിക്കുന്ന ഭൗതികവാദമല്ല മാർക്സിസം. കുറെകൂടി മുന്നോട്ടുപോയി അത് പറയുന്നു: മതത്തെ എതിർക്കേണ്ടത് എങ്ങനെ എന്ന് നാം മനസിലാക്കണം. അതിനാകട്ടെ, മതവിശ്വാസത്തിന്റെ ഉദ്ഭവസ്ഥാനമേതെന്ന് ഭൗതികവാദപരമായി ജനങ്ങൾക്ക് വിവരിച്ചുകൊടുക്കണം. അമൂർത്തമായ ആശയപ്രചാരണത്തിലൂടെ മതത്തെ എതിർക്കാൻ കഴിയുകയില്ല. മതത്തോടുള്ള എതിർപ്പ് ഈ പ്രചാരണത്തിൽ ഒതുക്കാനും പറ്റില്ല. അതിനെ വർഗസമരപരമായ മൂർത്തപ്രവർത്തനവുമായി ബന്ധിപ്പിക്കണം. എങ്കിൽ മാത്രമേ മതത്തിന്റെ സാമൂഹ്യമായ വേര് അറുക്കാൻ കഴിയുകയുള്ളൂ. എന്തുകൊണ്ടാണ് മതത്തിന് പട്ടണപ്രദേശങ്ങളിലെ തൊഴിലാളികളുടെ പിന്നണി വിഭാഗങ്ങളും അർധ തൊഴിലാളി വിഭാഗങ്ങളും കർഷകജനസാമാന്യവുമടക്കം വലിയൊരു ജനവിഭാഗത്തിൽ സ്വാധീനമുണ്ടായിട്ടുള്ളത്? ഇതിനൊരു ബൂർഷ്വാ പുരോഗമനക്കാരന്റെ, ഇടതുപക്ഷക്കാരന്റെ, ബൂർഷ്വാഭൗതികവാദിയുടെ, മറുപടി ജനങ്ങളുടെ അജ്ഞതനിമിത്തമെന്നാണ്. അതുകൊണ്ടവർ ഈ മുദ്രാവാക്യം വിളിക്കുന്നു: മതം നശിക്കട്ടെ, നിരീശ്വരത്വം നീണാൾവാഴട്ടെ. നിരീശ്വരത്വം പ്രചരിപ്പിക്കലാണ് നമ്മുടെ പ്രധാന കടമ.

മാർക്സിസ്റ്റുകാർ പറയുന്നു: ഇത് ശരിയല്ല. ഇതൊരു വെറും തൊലിപുറമെയുള്ള കാഴ്ചയാണ്. ഹ്രസ്വദൃഷ്ടികളായ ബൂർഷ്വാ പരിവർത്തനവാദികളുടെ കാഴ്ചപ്പാടാണ്. ഇതുകൊണ്ട് മതത്തിന്റെ അടിത്തറയെന്തെന്ന് ആഴത്തിലിറങ്ങി പരിശോധിച്ച് വിവരിക്കാൻ കഴിയില്ല. മതത്തിന്റെ അടിത്തറയെ ഭൗതികവാദപരമായിട്ടല്ല, ആശയവാദപരമായിട്ടാണ്, അത് പരിശോധിച്ച് വിവരിക്കുന്നത്. ആധുനിക മുതലാളിത്ത രാജ്യങ്ങളിൽ മതത്തിന്റെ വേര് കിടക്കുന്നത് സാമൂഹ്യരംഗത്താണ്. അധ്വാനിക്കുന്ന ബഹുജനങ്ങൾ സാമൂഹ്യമായി അടിച്ചമർക്കപ്പെട്ടിരിക്കുന്നുവെന്നുള്ള വസ്തുതയിലാണ് മതത്തിന്റെ അടിവേര് കിടക്കുന്നത്. മുതലാളിത്തത്തിന്റെ അന്ധമായ ശക്തികളുടെ മുന്നിൽ, ഓരോ ദിവസവും ഓരോ മണിക്കൂറും അധ്വാനിക്കുന്ന സാധാരണക്കാരുടെ മേൽ മുതലാളിത്തം അടിച്ചേൽപ്പിക്കുന്ന മൃഗീയപീഡനങ്ങളുടെ മുന്നിൽ യുദ്ധവും ഭൂകമ്പവും മറ്റുംപോലെ അസാധാരണമായ പ്രകൃതികോപമുണ്ടാകുമ്പോൾ അനുഭവിക്കേണ്ടിവരുന്നതിനേക്കാൾ ആയിരം മടങ്ങ് ഭയാനകമായ കഷ്ടതകളുടെ മുന്നിൽ നിഃസഹായരായ അധ്വാനിക്കുന്ന ജനലക്ഷങ്ങളുടെ പ്രയാസകരമായ ജീവിതമാണ് മതത്തെ സൃഷ്ടിക്കുകയും വളർത്തുകയും ചെയ്യുന്നത്. ജനങ്ങളുടെ വൈജ്ഞാനിക നിലവാരം ഉയർത്താനുള്ള പരിശ്രമത്തിലൂടെ മാത്രം അവരുടെമേൽ മതത്തിനുള്ള സ്ഥാനം ഇല്ലാതാക്കാൻ കഴിയുകയില്ല. മുതലാളിത്തത്തിന്റെ അന്ധവും മാരകവുമായ ശക്തികൾക്കധീനരായി കിടക്കുന്ന ജന

ങ്ങൾക്ക് സ്വയം മതത്തിന്റെ അടിസ്ഥാനവേരുകൾ പറിച്ച് കളയാൻ, മുതലാളിത്തവാഴ്ചയെ എല്ലാരൂപത്തിലും എതിർക്കാൻ, സംയുക്തവും സംഘടിതവും ആസൂത്രിതവും ബോധപൂർവവുമായി നീങ്ങാൻ കഴിയുമ്പോൾ മാത്രമെ മതത്തിന്റെ വേര് അറ്റുപോവുകയുള്ളൂ.

അതായത്, യുക്തിവാദികൾ ചെയ്യുന്നതുപോലെ മതത്തിനെതിരായ സമരം ആശയരംഗത്തുമാത്രം ഒതുക്കിനിർത്തുന്നതിനുപകരം സംഘടിതരായ ബഹുജനങ്ങളുടെ പ്രക്ഷോഭസമരങ്ങൾ ഒരുവശത്തും ഭൗതികവാദപരമായ ആശയങ്ങൾ പ്രചരിപ്പിക്കാനുള്ള പ്രവർത്തനം മറുവശത്തും നടത്തി, രണ്ടിനേയും അന്യോന്യം ബന്ധപ്പെടുത്തുന്ന വൈരുധ്യാത്മകവും ചരിത്രപരവുമായ ഭൗതികവാദത്തിൽ അടിയുറച്ചു നിൽക്കുന്ന വിപ്ലവ തൊഴിലാളി വർഗപ്രസ്ഥാനം പടുത്തുയർത്തണം. അതാണ് മതത്തെ എതിർക്കാനുള്ള മാർഗം. ലെനിനുമുമ്പ് മാർക്സ് ചൂണ്ടിക്കാണിച്ചതുപോലെ, "മതത്തെ സൃഷ്ടിച്ച സാഹചര്യങ്ങൾക്കെതിരായ സമരമാണ് മതത്തിനെതിരായ സമരം." പല മതപരമായ ചടങ്ങുകൾക്കും രണ്ട് സഹസ്രാബ്ദങ്ങളോളംകാലത്തെ സാമൂഹ്യജീവിതത്തിന്റെ ഫലമായി ഒരു സാമൂഹ്യ-സാംസ്കാരികപരിവേഷം ഉണ്ടായിട്ടുണ്ട്, ഹിന്ദുക്ഷേത്രങ്ങളിലെ ഉത്സവങ്ങൾ, മുസ്ലീങ്ങളുടെയും മറ്റ് മതവിഭാഗങ്ങളുടെയും വിശേഷദിവസാഘോഷങ്ങൾ, ക്രിസ്തുമസ് ആഘോഷങ്ങൾ എന്നിവക്കെല്ലാം മതപരമായ വിശ്വാസാനുഷ്ഠാനങ്ങളെ കവച്ചുവെക്കുന്ന സാംസ്കാരികപരിവേഷം ഉണ്ടായിട്ടുണ്ട്.

ഇതിലെല്ലാമടങ്ങിയിട്ടുള്ള മതപരമായ വശം മാറ്റി നിർത്തിയാലും വിശ്വാസികളെപ്പോലെ അവിശ്വാസികളും പങ്കെടുക്കുന്ന സാമൂഹ്യാഘോഷങ്ങളായി ഇതോരോന്നും മാറിയിട്ടുണ്ട്. ലെനിൻ ചൂണ്ടിക്കാണിച്ച വർഗസമരപ്രസ്ഥാനം വളർത്തിയെടുക്കേണ്ടതിന്റെ ഭാഗമായി ഈ സാമൂഹ്യാഘോഷങ്ങളെയും വിപ്ലവതൊഴിലാളിവർഗം ഉപയോഗപ്പെടുത്തും.

സഖ്യത്തിന്റെ സന്ദർഭങ്ങൾ

മാർക്സിസത്തിന്റെ ജീവൻ തൊഴിലാളി വർഗത്തിന്റെ വിപ്ലവപ്രസ്ഥാനമാണ്. സമൂഹത്തിന്റെ വളർച്ചക്ക് മതമടക്കം എല്ലാത്തരം സാമൂഹ്യബോധത്തെയും മാർക്സിസം തരാതരം ഉപയോഗിക്കുന്നു. സമകാലീനരാഷ്ട്രീയത്തെയും യൂറോപ്യൻ രാജ്യങ്ങളുടെ ചരിത്രത്തെയും കുറിച്ച് മാർക്സും എംഗൽസും എഴുതിയ ലേഖനങ്ങൾ, ഗ്രന്ഥങ്ങൾ എന്നിവയെല്ലാം മതപരമായി വിവിധ പ്രസ്ഥാനങ്ങളിൽ അന്തർലീനമായിട്ടുള്ള വർഗസമരത്തിന്റെ സാരാംശം എടുത്തുകാണിക്കാൻ പ്രത്യേകം ശ്രദ്ധിച്ചിരുന്നു. ചരിത്രത്തിന്റെ വളർച്ചയിൽ രൂപംകൊണ്ടിട്ടുള്ള ബോധത്തിന്റെ ഒരു രൂപമാണല്ലോ മതം. അതിൽ തൊഴിലാളി വർഗപ്രസ്ഥാനത്തിന്റെ വളർച്ചയെ സഹായിക്കുന്നതും തടയുന്നതുമായ രണ്ട് അംശങ്ങളുണ്ട്. അതുകൊണ്ട്, മതത്തിനെതിരായ മൗലിക

വിമർശനം തുടരുമ്പോൾതന്നെ, മതവിശ്വാസങ്ങളുടെ കൂട്ടത്തിൽ സാമൂഹ്യപുരോഗതിയെ സഹായിക്കുന്നതെന്തുണ്ടോ അതിനെയെല്ലാം ഉപയോഗിക്കുന്നത് തൊഴിലാളിവർഗ വിപ്ളവകാരികളുടെ കടമയായി മാർക്സിസം കണക്കാക്കുന്നു.

മതസ്ഥാപനങ്ങൾ ആശയവാദത്തിലും സോഷ്യലിസ്റ്റ്–കമ്യൂണിസ്റ്റ് പാർട്ടികൾ ഭൗതികവാദത്തിലും അടിയുറച്ചുനിൽക്കുന്നുവെങ്കിലും, അക്കാര്യത്തിലുള്ള വൈരുധ്യത്തെ കവച്ചുവെക്കുന്ന ഐക്യം അവ തമ്മിലുണ്ടാകാം.

ഉദാഹരണത്തിന്, ഇന്ത്യയിലെ സ്വാതന്ത്ര്യസമരത്തിൽ സജീവമായി പങ്കുവഹിച്ചിരുന്ന പതിനായിരക്കണക്കിന് മതവിശ്വാസികളുണ്ട്. അവരും സോഷ്യലിസ്റ്റ്–കമ്യൂണിസ്റ്റുകാരടക്കം വിവിധ രാഷ്ട്രീയ പാർട്ടികളും തമ്മിൽ സഹകരിച്ചുകൊണ്ട് സ്വാതന്ത്ര്യ സമരത്തെ ശക്തിപ്പെടുത്തിയിട്ടുണ്ട്.

യൂറോപ്പിലെ ഫാസിസ്റ്റ് ഭരണത്തിനും ഏഷ്യൻ ആഫ്രിക്കൻ രാജ്യങ്ങളിലെ കൊളോണിയൽ മേധാവിത്വത്തിനുമെതിരായി തോളോടുതോൾ ചേർന്ന് പോരാടിയ സംഘടനകളുടെ കൂട്ടത്തിൽ ഒട്ടേറെ മത സംഘടനകളുമുണ്ട്.

ഇതിന്റെ ഇന്നത്തെ സാർവദേശീയ ഉദാഹരണമാണ് സോവിയറ്റ് യൂണിയനിലെയും മറ്റു സോഷ്യലിസ്റ്റ് രാജ്യങ്ങളിലെയും നേതാക്കൾ മുൻനിന്നുകൊണ്ട് വളർന്നുവരുന്ന ലോകസമാധാനപ്രസ്ഥാനത്തിൽ മതനേതാക്കൾക്കു നൽകുന്ന സ്ഥാനം. മനുഷ്യസമൂഹത്തെ ചുട്ടുകരിക്കുന്ന അണുയുദ്ധത്തിനെതിരായ ആഗോളസമരത്തിൽ മതവിശ്വാസികളും മാർക്സിസ്റ്റുകാരും കൈകോർത്തുപിടിക്കുന്ന കാഴ്ചയാണ് നാം കാണുന്നത്.

ഇത് തെറ്റാണെന്നാണോ ഇന്നും സി.പി.ഐ മെമ്പറാണെന്നവകാശപ്പെടുന്ന പവനൻ കരുതുന്നത്? ഇടമറുക് തന്റെ നിലപാട് വ്യക്തമാക്കിയിട്ടുണ്ട്: സോവിയറ്റിന്റേതടക്കം സോഷ്യലിസ്റ്റ് രാജ്യങ്ങളിലെ മാർക്സിസ്റ്റ്– ലെനിനിസ്റ്റുകാർ ഇക്കാര്യത്തിൽ പോലും മതമേലധ്യക്ഷൻമാരോട് സഹകരിക്കുന്നത് തെറ്റാണ്. ഇതാണദ്ദേഹത്തിന്റെ നിലപാട്. ഇതുതന്നെയാണോ പവനന്റെയും നിലപാട്? ആണെങ്കിൽ തന്റെ പാർട്ടി (സി പി ഐ) യുടെ നിലപാടുമായി അദ്ദേഹത്തിനെങ്ങനെ പൊരുത്തപ്പെടാൻ കഴിയുന്നു? പൊരുത്തമില്ലാതെയും ആ പാർട്ടിയിൽ അദ്ദേഹം തുടരുന്നത് ശരിയാണോ? ഇക്കാര്യത്തിൽ ഇടമറുകിന്റെ അഭിപ്രായമല്ല പവനനുള്ളതെങ്കിൽ – ലോകസമാധാന പ്രസ്ഥാനത്തിൽ മത മേധാവികളുമായി സഹകരിക്കുന്നത് ശരിയാണെങ്കിൽ – കേരളമടക്കമുള്ള ഇന്ത്യയിൽ സ്വേച്ഛാധിപത്യവാഴ്ചക്കെതിരായ സമരത്തിൽ സഹകരിക്കാൻ തയ്യാറുള്ള മതനേതാക്കളുമായി സഹകരിക്കുന്നതിലെന്താണ് തെറ്റ്?

എന്നാൽ, എല്ലാ മതസംഘടനകളും എല്ലാകാലത്തും ഒരുപോലെ

സോഷ്യലിസ്റ്റ്–കമ്യൂണിസ്റ്റ് പാർട്ടികളോട് സഹകരിക്കുന്ന നയമല്ല അംഗീകരിച്ചിട്ടുള്ളത്. സ്ഥിതിഗതികളിൽ വരുന്ന മാറ്റത്തിനൊത്ത് മത സ്ഥാപനങ്ങളും സോഷ്യലിസ്റ്റ് – കമ്യൂണിസ്റ്റ് പാർട്ടികളും തമ്മിലുള്ള ബന്ധത്തിൽ മാറ്റംവന്നിട്ടുണ്ട്.

ഒരൊറ്റ ഉദാഹരണമെടുക്കാം. സർ സിപിയുടെ ഭരണത്തിൻകീഴി ലുള്ള തിരുവിതാംകൂറിൽ ദിവാൻഭരണത്തിനെതിരായ സമരത്തിൽ അന്നത്തെ കമ്യൂണിസ്റ്റ് പാർട്ടിയും ക്രിസ്ത്യൻ മേധാവികളും സഹകരി ച്ചുപ്രവർത്തിച്ചു. പക്ഷെ, പിന്നീട് കമ്യൂണിസ്റ്റ് വിരുദ്ധമുന്നണിക്ക് രൂപം നൽകാൻ മുഖ്യഹേതുവായത് ക്രിസ്ത്യൻ മതമേധാവികളായിരുന്നു. അതിൽ പിന്നീടാകട്ടെ, വലതുകമ്യൂണിസ്റ്റ് പാർട്ടിയുമായി ചേർന്നു മാർക്സിസ്റ്റു വിരുദ്ധമുന്നണിയുണ്ടാക്കി, തിരഞ്ഞെടുപ്പിൽ മത്സരി ക്കാനും ക്രിസ്ത്യൻ മതമേധാവികൾ മടിച്ചില്ല.

ത്യാഗസന്നദ്ധതയും മനുഷ്യസ്നേഹവും പ്രകടിപ്പിച്ചവർ–പ്രകടി പ്പിക്കുന്നവരും – മതവിശ്വാസികളുടെ കൂട്ടത്തിലുണ്ടെന്നത് നേരാണ്.

പക്ഷെ, അത്തരം ചില വ്യക്തികളെ മാറ്റിനിർത്തിയാൽ, മതം പൊതുവിലിന്ന് ചൂഷകവർഗം നടത്തുന്ന അതിക്രമങ്ങളെയും കൊള്ള രുതായ്മകളെയും നീതീകരിക്കുന്ന ഒരു സിദ്ധാന്തവും പ്രയോഗവു മായി മാറിയിരിക്കുന്നുവെന്നത് സത്യമാണ്. ഇന്ന് നിലവിലുള്ള സംഘ ടിത മതങ്ങളിലോരോന്നും അതത് മതമേധാവികൾ പ്രവർത്തിക്കുന്ന രാജ്യത്തെ ചൂഷകവർഗങ്ങൾക്കനുകൂലമായ രീതി*യിലാണ് തങ്ങളുടെ ശിഷ്യഗണങ്ങളെ നയിക്കുന്നത്.*

ഈ മതസ്ഥാപനങ്ങളെല്ലാം ഒരു തരത്തിലല്ലെങ്കിൽ മറ്റൊരു തര ത്തിൽ സ്വത്ത് കൈവശം വച്ച് അത് കൈകാര്യം ചെയ്യുന്നവരാണ്. സോഷ്യലിസ്റ്റ് കമ്യൂണിസ്റ്റ് പാർട്ടികൾ വളർന്നുവരുമ്പോൾ മറ്റു സ്വത്തു ടമകളെപ്പോലെ, മതമേധാവികളും രോഷാകുലരാകുന്നു; മതത്തിന്റെ പേർ പറഞ്ഞ് സ്വകാര്യസ്വത്ത് സംരക്ഷിക്കുന്നതിനുള്ള സംരംഭങ്ങളിൽ അവർ ഏർപ്പെടുന്നു. (ഉദാഹരണത്തിന് ഭൂനിയമ പരിഷ്കാരങ്ങളെ എതിർക്കുന്നതിൽ ഒരു മുഖ്യപങ്ക് വഹിക്കുന്നത് ദേവസ്വങ്ങൾ മുതലാ യവയുടെ വക്താക്കളാണ്) അങ്ങനെ മതമേധാവികളും സോഷ്യലിസ്റ്റ് കമ്യൂണിസ്റ്റ് പ്രസ്ഥാനവും തമ്മിൽ ഏറ്റുമുട്ടലുകളുണ്ടാകുന്നു.

മാർക്സിസത്തിനും കമ്യൂണിസ്റ്റുകാർക്കുമെതിരെ

സോഷ്യലിസ്റ്റ് ബോധമുള്ളവനായിത്തീരുന്നതിൽ "തൊഴിലാളി യുടെ സഹായത്തിനെത്തേണ്ടത് യുക്തിവാദമാണ്. മതപരമായ മന്ദത യിൽനിന്ന് ജനങ്ങളെ ഉണർത്താൻ കേവലം മാർക്സിസ്റ്റ് വിദ്യാഭ്യാസം പോരെന്നും നിരീശ്വരവാദ പ്രചാരണം ആവശ്യമാണെന്നും ലെനിൻ *സമാ ഹൃതകൃതികളിൽ* ഉറപ്പിച്ചു പറയുന്നു......" (*യുക്തിദർശനം,* പേജ് 530) ഇത് ലെനിനെ ഒരു ബൂർഷ്വായുക്തിവാദിയാക്കാനുള്ള ശ്രമമാണ്. എന്താണ് ലെനിൻ പറഞ്ഞതെന്ന് വഴിയേ പരിശോധിക്കാം.

ഒരുവശത്ത് ബൂർഷ്വായുക്തിവാദവും, മറുവശത്ത് മാർക്സും എംഗൽസും ആവിഷ്കരിച്ച വൈരുധ്യാത്മക–ചരിത്രപരമായ ഭൗതിക വാദവും തമ്മിൽ സംഘട്ടനത്തോടുകൂടിയ സഹകരണം തുടങ്ങിയിട്ട് ഒന്നര നൂറ്റാണ്ടു തികയാൻ ഇനി ഏതാനും വർഷങ്ങളേ ഉള്ളൂ. താരത മ്യേന ദീർഘമായ ഈ കാലഘട്ടത്തിൽ ബൂർഷ്വാ യുക്തിവാദം ഏതാണ്ട് ഒന്നര നൂറ്റാണ്ടിനുമുമ്പ് നിന്നേടത്തുതന്നെ നിൽക്കുകയാണ്. വൈരുധ്യാ ത്മകവും ചരിത്രപരവുമായ ഭൗതികവാദമാകട്ടെ, മനുഷ്യസമൂഹത്തിൽ, പകുതിയിലേറെ വരുന്ന ജനങ്ങളെ സ്വാധീനിക്കാൻ കഴിഞ്ഞ ഒരു അജ യ്യശക്തിയായി വളർന്നിരിക്കുന്നു. കേരളമടക്കമുള്ള ഇന്ത്യയിലും മാർക്സിസം അതിവേഗത്തിൽ വളരുകയാണ്.

മാർക്സിസത്തിന്റെ ഈ വളർച്ചയിൽ അരിശംപൂണ്ട ബൂർഷ്വാ–ഭൂ പ്രഭുവർഗങ്ങൾ അതിനെതിരായി ഒട്ടേറെ സേനാവിഭാഗങ്ങളെ അണിനി രത്തിയിട്ടുണ്ട്. അവയിലൊരുവിഭാഗം നിർലജ്ജമായ വലതുപക്ഷസമീ പനത്തോടെയാണ് തങ്ങളുടെ ജോലി ചെയ്യുന്നതെങ്കിൽ 'ഇടതുപക്ഷ' വേഷമണിഞ്ഞുകൊണ്ട് അതേപണി ചെയ്യുന്ന മറ്റു വിഭാഗങ്ങളുമുണ്ട്. അവയുടെ രാഷ്ട്രീയരൂപമാണ് നക്സലിസമെങ്കിൽ, ആശയരംഗത്തും അതിന് തനതായ രൂപങ്ങളുണ്ട്, സാഹിത്യചർച്ചയിൽ യുക്തിവാദത്തിന്റെ രൂപത്തിലും അത് പ്രത്യക്ഷപ്പെടുന്നു. 'വർഗശത്രുക്കളെ വകവരുത്തുക' എന്ന രാഷ്ട്രീയരൂപം, സമകാലീന രാഷ്ട്രീയവുമായി ഒരു വിധത്തിലും ബന്ധപ്പെടാത്ത വൈയക്തിക വിപ്ലവവായാടിത്തത്തിന്റേതായ 'ആധുനി കസാഹിത്യം,' ഒരു കാരണവശാലും ഒരിടത്തും മതവുമായി സന്ധിചെ യ്യാതിരിക്കലാണ് ദാർശനികരംഗത്തെ വിപ്ലവവീക്ഷണമെന്ന യുക്തിവാ ദം–ഇതെല്ലാം ചെയ്യുന്നത് ഒരേ ജോലിതന്നെ.

ആഗോളമായി സാമ്രാജ്യാധിപത്യത്തിനും ഇന്ത്യയിൽ ബൂർഷ്വാ– ഭൂപ്രഭുവർഗങ്ങളുടെ മേധാവിത്വത്തിനും എതിരായി ജനകോടികളെ അണിനിരത്തിക്കൊണ്ട് മുന്നോട്ടുനീങ്ങിയ ഇടതുപക്ഷപ്രസ്ഥാനത്തെയും അതിൽ സജീവപങ്ക് വഹിക്കുന്ന കമ്യൂണിസ്റ്റ് (മാർക്സിസ്റ്റ്)പാർട്ടിയെയും സംഘടിതമായി എതിർക്കുന്നതിന് 'ഇടതുപക്ഷ'ത്തിന്റെ പദപ്രയോഗ ങ്ങൾ നടത്തുകയാണവർ ചെയ്യുന്നത്. ബോധപൂർവമോ അല്ലാതെയോ ഇവരെല്ലാം ചെയ്യുന്നത് സംഘടിത വിപ്ലവ ബഹുജനപ്രസ്ഥാനത്തെ കടന്നാക്രമിക്കുകയാണ്.

എന്തുകൊണ്ട് യുക്തിവാദചിന്താഗതി അംഗീകരിച്ചവർ ജനസംഖ്യ യിൽ ഒരു ന്യൂനപക്ഷം മാത്രമായി? യുക്തിവാദവും അതിന്റെ സന്തതി യായ ആധുനികസയൻസും വിജയക്കൊടി പറപ്പിച്ചുകഴിഞ്ഞ ഇന്നും ബഹുഭൂരിപക്ഷം ആളുകൾ എന്തുകൊണ്ട് പലതരം അന്ധവിശ്വാസ ങ്ങൾക്കിരയാകുന്നു? അണുശാസ്ത്രവിദഗ്ധൻമാരിലും ഗോളാന്തരയാത്ര സംഘടിപ്പിക്കുന്നവരിലും തന്നെ ദൈവവിശ്വാസികളും മറ്റ് യുക്തിവാദ വിരുദ്ധ ചിന്താഗതിക്കാരും ഉണ്ടാവാൻ കാരണമെന്ത്?

ഈ ചോദ്യങ്ങൾക്കുത്തരം പറയാൻ മാർക്സിനു മുമ്പുണ്ടായിരുന്ന

യുക്തിവാദത്തിന്–ഇന്നുതന്നെ മാർക്സിസ്റ്റ് ദാർശനിക വീക്ഷണമില്ലാത്ത യുക്തിവാദത്തിന്–സാധ്യമല്ല.

മറ്റൊരുവിധത്തിൽ പറഞ്ഞാൽ, മറ്റെല്ലാറ്റിന്റെയുംമേൽ ആധിപത്യം വഹിക്കുന്ന യുക്തി എങ്ങനെയുണ്ടായി, അതെങ്ങനെ പ്രവർത്തിക്കുന്നു, അതിന് വിരുദ്ധമായ ചിന്താഗതികൾക്ക് എന്തുകൊണ്ട് ബഹുജനമനസിൽ സ്വാധീനം കിട്ടുന്നു–ഇതൊന്നും വിശദീകരിക്കാൻ നേരത്തെ പറഞ്ഞപോലെ, മാർക്സിസ്റ്റല്ലാത്ത യുക്തിവാദിക്ക് സാധ്യമല്ല.

അതുകൊണ്ട് അവരുടെ'യുക്തി'ആശയവാദികളുടെ 'ദൈവ്'ത്തെപ്പോലെ 'അനാദ്യന്തമായ ഒരു പരാശക്തി'യായി നിലകൊള്ളുന്നു.

മാർക്സിസമാവട്ടെ, യുക്തിക്ക് ഒരു ഭൗതികാടിസ്ഥാനമുണ്ടെന്ന് കാണുന്നു. ഭൗതികപ്രപഞ്ചവും മനുഷ്യനും തമ്മിലുള്ള നിരന്തര സംഘട്ടനമാണ് യുക്തിക്ക് രൂപം നൽകിയതും വളർത്തിയതും. ആ സംഘട്ടനം ഇന്നും തുടരുന്നു. അതുകൊണ്ട് യുക്തിയുടെ വളർച്ചയും തുടരുന്നു. ഇതാണ് മാർക്സിസത്തിന്റെ നിലപാട്.

അതായത്, മറ്റെല്ലാറ്റിന്റെയുംമേൽ ആധിപത്യം ചുമത്തുന്നുവെന്ന് പറയപ്പെടുന്ന യുക്തിതന്നെ ഭൗതികപ്രപഞ്ചത്തിൽ സദാ നടന്നുകൊണ്ടിരിക്കുന്ന–മനുഷ്യന്റെ ബോധപൂർവമായ പ്രവർത്തനംമൂലം ത്വരിതമാവുകയും രൂപപ്പെടുകയും ചെയ്യുന്ന–മാറ്റങ്ങൾക്ക് വിധേയമാണ്. ഈ മാറ്റങ്ങളിൽനിന്ന് അടർത്തിയെടുത്ത് ഒരു 'സർവതന്ത്ര സ്വതന്ത്രമായ പരാശക്തി'യായി 'യുക്തി'യെ ആരാധിക്കാൻ മാർക്സിസം തയ്യാറില്ല.

ആധുനിക യുക്തിവാദത്തിന്റെ വർഗപരമായ ഉള്ളടക്കം ഫ്യൂഡൽ (പ്രാങ് മുതലാളിത്ത) സമൂഹത്തിനെതിരായി ഒരു പുതിയ വർഗം (ബൂർഷ്വാസി) നടത്തിയ സമരമാണ്. അതുകൊണ്ട്, യുക്തിവാദത്തിന്റെ വിജയം ബൂർഷ്വാസിയുടെ രാഷ്ട്രീയജീവിതത്തെ കുറിക്കുന്നു. ഈ ബൂർഷ്വായുക്തിവാദത്തിന്റെ പരിമിതികൾ പരിഹരിച്ച് അതിനെ പൂർത്തിയാക്കാനുള്ള കഴിവ് മാർക്സിസത്തിനുണ്ടാക്കിയത്, അതിന്റെ തൊഴിലാളിവർഗാടിസ്ഥാനമാണുതാനും. അതുകൊണ്ടാണ് "മാർക്സിസവും സമരോത്സുകമായ ഭൗതികവാദവും തമ്മിൽ ഐക്യമുന്നണി" എന്ന മുദ്രാവാക്യം അന്ന് ലെനിൻ ഉന്നയിച്ചത്.

അതേ അവസരത്തിൽ, വർഗസമരത്തിൽനിന്ന് യുക്തിവാദത്തെ അടർത്തിയെടുക്കുന്ന ബൂർഷ്വായുക്തിവാദത്തെ മാർക്സിസം–ലെനിനിസം എതിർക്കുന്നു. യുക്തിവാദചിന്താഗതി അംഗീകരിച്ചുകഴിഞ്ഞിട്ടില്ലെങ്കിലും വർഗസമരത്തിൽ ചൂഷിതവർഗത്തിന്റെ നിലപാടുകളെടുക്കുന്ന ജനവിഭാഗങ്ങളെ സ്വന്തം ചേരിയിലണിനിരത്തുന്നത് വിപ്ലവതൊഴിലാളിവർഗപാർട്ടിയുടെ കടമയാണെന്ന് ലെനിൻ നിർദ്ദേശിച്ചു. "പാരത്രിക ലോകത്തിൽ ഒരു സ്വർഗം സൃഷ്ടിക്കാനുള്ള ശ്രമത്തിന്റെ കാര്യത്തിൽ നിലനിൽക്കുന്ന അനൈക്യത്തെക്കാൾ പ്രധാനമാണ് ഇഹലോകത്തിൽ സ്വർഗംപണിതുണ്ടാക്കാനുള്ള സമരത്തിലെ ഐക്യം" എന്നർഥം വരുന്ന ഒരു പരാമർശം ലെനിന്റെ ലേഖനത്തിലുണ്ട്. ഈ ലേഖനത്തെയാണ്

നേരത്തെ പരാമർശിച്ചത്. അതിൽ ലെനിൻ എഴുതി:

'..........മതം ഒരു സ്വകാര്യവിഷയമാണെന്ന് പ്രഖ്യാപിക്കണം. ഇങ്ങനെയാണ് സോഷ്യലിസ്റ്റുകാർ മതത്തോടുള്ള അവരുടെ മനോഭാവം സാധാരണ വെളിപ്പെടുത്താറുള്ളത്. എന്നാൽ തെറ്റിദ്ധാരണക്കിട നൽകാതിരിക്കാൻ ഈ വാക്കുകളുടെ അർഥം കൃത്യമായി നിർവചിക്കേണ്ടതുണ്ട്. ഭരണകൂടത്തെ സംബന്ധിച്ചിടത്തോളം മതത്തെ ഒരു സ്വകാര്യവിഷയമായി കരുതണമെന്നാണ് നാം ആവശ്യപ്പെടുന്നത്. എന്നാൽ അതേസമയം തന്നെ, നമ്മുടെ പാർട്ടിയെ സംബന്ധിച്ചിടത്തോളം മതത്തെ ഒരു സ്വകാര്യവിഷയമായി കരുതാൻ നമുക്ക് യാതൊരു നിർവാഹവുമില്ല. ഭരണകൂടത്തിന് മതത്തിൽ കാര്യമൊന്നും ഇല്ല. മതസംഘടനകൾക്ക് സർക്കാരുമായി യാതൊരു ബന്ധവും പാടില്ല. ഓരോരുത്തർക്കും അവരവർക്കിഷ്ടമുള്ള മതത്തിൽ വിശ്വസിക്കാനുള്ള സ്വാതന്ത്ര്യം വേണം. അതേപോലെതന്നെ മതവിശ്വാസിയാവാതിരിക്കാനുള്ള–അതായത് നാസ്തികനാവാനുള്ള–സ്വാതന്ത്ര്യവുംവേണം. സോഷ്യലിസ്റ്റുകാർ സാമാന്യേന അത്തരക്കാരാണല്ലോ. മതവിശ്വാസത്തിന്റെ പേരിൽ പൗരൻമാർ തമ്മിൽ വിവേചനം കാട്ടുന്നത് തീർത്തും ദുഃസഹമാണ്.....

പള്ളിയും ഭരണകൂടവും പരിപൂർണമായി വേർതിരിയണമെന്നതാണ് സോഷ്യലിസ്റ്റ് തൊഴിലാളിവർഗം ആധുനിക ഭരണകൂടത്തിൽനിന്നും ആധുനിക പള്ളിയിൽനിന്നും ആവശ്യപ്പെടുന്നത്.

രാഷ്ട്രീയസ്വാതന്ത്ര്യത്തിന്റെ ഒരു അവശ്യഘടകമെന്നനിലക്ക് റഷ്യൻവിപ്ലവം ഈ ആവശ്യം നടപ്പാക്കണം. ഇക്കാര്യത്തിൽ വിശേഷിച്ചും അനുകൂലമായ ഒരു സ്ഥിതിയിലാണ് റഷ്യൻ വിപ്ലവം നിലകൊള്ളുന്നത്. കാരണം, പൊലീസിന്റെ തേർവാഴ്ച നടന്നിരുന്ന ഫ്യൂഡൽ സ്വേച്ഛാധിപത്യത്തിന്റെ ഗർഹണീയമായ ഉദ്യോഗസ്ഥചിന്താഗതി പുരോഹിതൻമാർക്കിടയിൽപോലും അസംതൃപ്തിയും അസ്വസ്ഥതയും രോഷവും ഉളവാക്കിയിട്ടുണ്ട്. റഷ്യൻ ഓർത്തഡോക്സ് സഭയിലെ പുരോഹിതർ എത്രകണ്ട് കൊള്ളരുതാത്തവരും വിവരം കെട്ടവരുമായിക്കൊള്ളട്ടെ, അവർപോലും ഇപ്പോൾ റഷ്യയിലെ പഴയ മധ്യകാലികക്രമത്തിന്റെ തകർച്ചയുടെ ഇടിനാദം കേട്ട് ഉണർന്നിരിക്കുന്നു. അവർപോലും സ്വാതന്ത്ര്യം ആവശ്യപ്പെടാൻതുടങ്ങിയിട്ടുണ്ട്. ഉദ്യോഗസ്ഥൻമാരുടെ താന്തോന്നിത്തത്തിനും ഉദ്യോഗസ്ഥ ചിന്താഗതിക്കുമെതിരായി, പൊലീസിനുവേണ്ടി ചാരപ്പണി നടത്തുന്നജോലി 'ദൈവഭൃത്യൻമാ'രുടെ തലയിൽ വെച്ചുകെട്ടുന്നതിനെതിരായി, പ്രതിഷേധിക്കുന്നുണ്ട്. സോഷ്യലിസ്റ്റുകാരായ നമ്മൾ ഈ പ്രസ്ഥാനത്തെ പിന്താങ്ങണം. സത്യസന്ധതയും ആത്മാർഥതയുമുള്ള പുരോഹിതരുടെ ആവശ്യങ്ങളെ പരിസമാപ്തിയിലെത്തിക്കണം. സ്വാതന്ത്ര്യത്തെക്കുറിച്ച് അവർ പറഞ്ഞിട്ടുള്ള വാക്കുകളിൽ ഉറച്ചുനിൽക്കാൻ അവരെ നിർബന്ധിക്കണം.

സോഷ്യലിസ്റ്റ് തൊഴിലാളിവർഗത്തിന്റെ പാർട്ടിയെ സംബന്ധിച്ചിടത്തോളം മതം ഒരു സ്വകാര്യവിഷയമല്ല. തൊഴിലാളിവർഗത്തിന്റെ മോചനത്തിനുവേണ്ടി പൊരുതുന്ന വർഗബോധമുള്ള മുന്നണിപ്പോരാളികളുടെ സംഘടനയാണ് നമ്മുടെ പാർട്ടി. മതവിശ്വാസങ്ങളുടെ രൂപത്തിൽ പ്രത്യക്ഷപ്പെടുന്ന വർഗബോധമില്ലായ്മയോടും അജ്ഞതയോടും വിജ്ഞാനവിരോധത്തോടും അതുപോലൊരു സംഘടനയ്ക്ക് ഉദാസീനത കൈക്കൊള്ളാൻ നിവൃത്തിയില്ല. ഉദാസീനത കൈക്കൊള്ളുകയുമരുത്. നമ്മെ സംബന്ധിച്ചിടത്തോളം ആശയസമരം ഒരു സ്വകാര്യവിഷയമല്ല. മുഴുവൻ പാർട്ടിയുടെയും കാര്യമാണ്, മുഴുവൻ തൊഴിലാളിവർഗത്തിന്റെയും കാര്യമാണ്.

അങ്ങനെയാണെങ്കിൽ നാം നാസ്തികരാണെന്ന് എന്തുകൊണ്ട് നമ്മുടെ പരിപാടിയിൽ പ്രഖ്യാപിക്കുന്നില്ല ക്രിസ്ത്യാനികളും മറ്റ് ദൈവവിശ്വാസികളും നമ്മുടെ പാർട്ടിയിൽ ചേരുന്നത് നാം എന്തുകൊണ്ട് വിലക്കുന്നില്ല?

മതത്തിന്റെ പ്രശ്നം പ്രതിപാദിക്കുന്നതിൽ ബൂർഷ്വാ ജനാധിപത്യവാദികളും സോഷ്യൽ ഡമോക്രാറ്റുകാരും തമ്മിലുള്ള അതിപ്രധാനമായ വ്യത്യാസമെന്താണെന്ന് വിശദമാക്കാൻ ഈ ചോദ്യത്തിനുള്ള മറുപടി ഉപകരിക്കുന്നതാണ്.

ശാസ്ത്രീയമെന്ന് മാത്രമല്ല, ഭൗതികവാദപരം കൂടിയായ ലോകവീക്ഷണത്തിൽ പൂർണമായും അധിഷ്ഠിതമാണ് നമ്മുടെ പരിപാടി. അതുകൊണ്ട് മതപരമായ മൂടൽമഞ്ഞിന്റെ ചരിത്രപരവും സാമ്പത്തികവുമായ യഥാർഥവേരുകളെകുറിച്ചുള്ള ഒരു വിശദീകരണം നമ്മുടെ പരിപാടിയെക്കുറിച്ചുള്ള വിശദീകരണത്തിൽ അവശ്യമായും ഉൾപ്പെട്ടിരിക്കുന്നു. നാസ്തികത്വത്തിന്റെ പ്രചാരണവും നമ്മുടെ പ്രചാരവേലയിൽ അവശ്യമായും ഉൾപ്പെട്ടിരിക്കുന്നു. ഉചിതമായ ശാസ്ത്രീയസാഹിത്യത്തിന്റെ പ്രസാധനം ഇനിമേൽ നമ്മുടെ പാർട്ടിയുടെ പ്രവർത്തനരംഗങ്ങളിലൊന്നായിത്തീരണം. ഇതേവരെ സ്വേച്ഛാധിപത്യ ഫ്യൂഡൽ ഗവൺമെന്റ് അതിനെ കർശനമായി നിരോധിച്ചിരുന്നു. അടിച്ചമർത്തിയിരുന്നു. പതിനെട്ടാം നൂറ്റാണ്ടിലെ ഫ്രഞ്ച് പ്രബോധകരുടെയും നാസ്തികരുടെയും കൃതികളെ പരിഭാഷപ്പെടുത്തി വിപുലമായി പ്രചരിപ്പിക്കണമെന്ന് എംഗൽസ് ഒരിക്കൽ ജർമൻസോഷ്യലിസ്റ്റുകാരെ ഉപദേശിക്കുകയുണ്ടായി. നമുക്കും ഒരുപക്ഷെ ആ ഉപദേശം അനുസരിക്കേണ്ടിവന്നേക്കും.

എന്നാൽ അമൂർത്തവും ആശയവാദപരവുമായ മട്ടിൽ, വർഗസമരവുമായി യാതൊരു ബന്ധവുമില്ലാത്ത ഒരു 'ബൗദ്ധിക' പ്രശ്നമെന്ന നിലക്ക്, മതത്തിന്റെ പ്രശ്നത്തെ അവതരിപ്പിക്കുകയെന്ന അബദ്ധത്തിൽ ഒരു കാരണവശാലും നാം ചെന്ന് ചാടരുത്. ബൂർഷ്വാസിക്കിടയിലെ തീവ്രവാദി–ജനാധിപത്യവാദികൾ ധാരാളമായി ചെയ്യുന്ന ഒരു പണിയാണിത്. തൊഴിലാളി ബഹുജനങ്ങളെ അന്തമില്ലാതെ മർദിക്കു

ന്നതിനെയും മുരടിപ്പിക്കുന്നതിനെയും അടിസ്ഥാനമാക്കിയ ഒരു സമുദായത്തിൽ കേവലം പ്രചാരണമാർഗങ്ങളിലൂടെ മതപരമായ മുൻവിധികൾ നീക്കാൻ കഴിയുമെന്ന് കരുതുന്നത് അസംബന്ധമാണ്. മനുഷ്യരാശിക്ക് ചുമക്കേണ്ടിവരുന്ന മതത്തിന്റെ നുകം സമുദായത്തിനുള്ളിലെ സാമ്പത്തിക നുകത്തിന്റെ സന്തതിയും പ്രതിഫലനവും മാത്രമാണെന്ന കാര്യം വിസ്മരിക്കുന്നത് ബൂർഷ്വാസങ്കുചിത മനഃസ്ഥിതിയാണ്. മുതലാളിത്തത്തിന്റെ കറുത്തശക്തികൾക്കെതിരായ സ്വന്തം സമരത്തിലൂടെ തൊഴിലാളിവർഗം പ്രബുദ്ധരാകുന്നില്ലെങ്കിൽ എത്ര ലഘുലേഖ ഇറക്കിയാലും എത്ര പ്രചാരണം നടത്തിയാലും അവർ പ്രബുദ്ധരാകാൻ പോകുന്നില്ല. ഭൂമിയിൽ പറുദീസ തീർക്കാൻവേണ്ടി മർദിതവർഗം നടത്തുന്ന യഥർഥത്തിൽ വിപ്ലവകരമായ ഈ സമരത്തിലെ ഐക്യത്തെ, സ്വർഗത്തിലെ പറുദീസയെക്കുറിച്ചുള്ള തൊഴിലാളിവർഗത്തിന്റെ അഭിപ്രായയൈക്യത്തെക്കാൾ കൂടുതൽ പ്രധാനമായി നാം കാണുന്നു.

ഇതുകൊണ്ടാണ് നാം നമ്മുടെ പരിപാടിയിൽ നമ്മുടെ നാസ്തികത്വത്തെപ്പറ്റി എടുത്തു പറയാത്തതും പറയരുതാത്തതും. ഇതുകൊണ്ടാണ് നാം പഴയ മുൻവിധികളുടെ ചില അവശിഷ്ടങ്ങൾ ഇപ്പോഴും മനസിൽവെച്ച് പുലർത്തുന്ന തൊഴിലാളികളെ നമ്മുടെ പാർട്ടിയുമായി ബന്ധപ്പെടുന്നതിൽ നിന്ന് വിലക്കാത്തതും വിലക്കരുതാത്തതും. ശാസ്ത്രീയമായ ലോകവീക്ഷണം നാം എന്നും പ്രചരിപ്പിക്കും. വിവിധ 'ക്രിസ്ത്യാനികൾ' പ്രകടിപ്പിക്കുന്ന സ്ഥിരതയില്ലായ്മയെ നാം ചെറുക്കേണ്ടത് അത്യാവശ്യവുമാണ്. എന്നുവെച്ച് മതപ്രശ്നത്തെ മുൻപന്തിയിലേക്ക് കൊണ്ടുവരണമെന്ന് ഒട്ടും അർഥമില്ല. അവിടെയല്ല അതിന്റെ സ്ഥാനം. യഥാർഥത്തിൽ വിപ്ലവകരമായിട്ടുള്ള സാമ്പത്തിക–രാഷ്ട്രീയ സമരത്തിന്റെ ശക്തികൾ മൂന്നാംകിട അഭിപ്രായങ്ങളുടെയും അർഥമില്ലാത്ത ജൽപ്പനങ്ങളുടെയും പേരിൽ ഭിന്നിച്ചുപോകാൻ നാം അനുവദിക്കണമെന്നും അർഥമില്ല. ഈ അഭിപ്രായങ്ങളുടെയും ജൽപ്പനങ്ങളുടെയും രാഷ്ട്രീയപ്രാധാന്യം അതിവേഗം നഷ്ടപ്പെട്ടുകൊണ്ടിരിക്കയാണ്. സാമ്പത്തികവികാസത്തിന്റെ ഗതിതന്നെ അവയെ അതിവേഗം ചവറ്റുകൊട്ടയിലേക്ക് തൂത്തെറിയുകയാണ്.

പിന്തിരിപ്പൻ ബൂർഷ്വാസി എവിടെയും താൽപര്യമെടുത്തിട്ടുള്ളതും ഇപ്പോൾ റഷ്യയിൽ താൽപര്യമെടുത്തു തുടങ്ങിയിരിക്കുന്നതും മതകലഹങ്ങൾ കുത്തിപ്പൊക്കുന്നതിലാണ്. റഷ്യ ആസകലമുള്ള തൊഴിലാളിവർഗം വിപ്ലവസമരത്തിൽ യോജിച്ചുകൊണ്ട് ഇപ്പോൾ പ്രായോഗികമായി പരിഹരിച്ചുകൊണ്ടിരിക്കുന്ന യഥാർഥത്തിൽ സുപ്രധാനവും മൗലികവുമായ സാമ്പത്തിക–രാഷ്ട്രീയ പ്രശ്നങ്ങളിൽനിന്ന് ബഹുജനശ്രദ്ധ അങ്ങനെ തിരിച്ചുവിടാനാണ് അവരുടെ നോട്ടം. തൊഴിലാളിവർഗ ശക്തികളെ ഭിന്നിപ്പിക്കുകയെന്ന ഈ പിന്തിരിപ്പൻ നയം ഇന്ന് മുഖ്യമായും പ്രകടമാകുന്നത് 'ബ്ലാക്ഹൺ ഡ്രഡു'കാരുടെ നരവേട്ടകളിലൂടെയാണ്.

ഇന്ന് കേരളത്തിലും ഇന്ത്യയിലും തൊഴിലാളി വർഗശക്തികളെ ഭിന്നിപ്പിക്കുകയെന്ന പ്രവർത്തനത്തിൽ സജീവമായി പങ്കുവഹിക്കുന്ന കൂട്ടരാണ് യുക്തിവാദികളും നക്സലൈറ്റുകളും.

ചുരുക്കത്തിൽ വർഗസമരവും അതിന്റേതായ വിപ്ലവരാഷ്ട്രീയ പ്രവർത്തനവുമായി ബന്ധപ്പെടുത്തിക്കൊണ്ടാണ് മാർക്സിസം യുക്തിവാദത്തെ സമീപിക്കുന്നത്. യുക്തിവാദികളും അല്ലാത്തവരുമായ ചൂഷിത ജനവിഭാഗങ്ങളെ യുക്തിവാദികളും അല്ലാത്തവരുമായ ചൂഷകർക്കെതിരായി ഏകോപിപ്പിക്കുക, അതേ അവസരത്തിൽ വൈരുധ്യാത്മകവും ചരിത്രപരവുമായ ഭൗതികവാദത്തിന്റെ തത്വങ്ങൾ വിപുലമായ തോതിൽ പ്രചരിപ്പിക്കുക–ഇതുരണ്ടും ചേർന്നതാണ് മാർക്സിസത്തിന്റെ സമീപനം.

ഈ സമീപനത്തിന്റെ അടിസ്ഥാനത്തിൽ "പാർട്ടിയുടെ പല വലിയ നേതാക്കളും ദൈവത്തെ പൂജിക്കുന്നതായി" കാണുന്നുണ്ടെങ്കിൽ അത് അവരുടെ ഭാഗത്തുള്ള ഒരു പാളിച്ചയാണ്; വൈരുധ്യാത്മകവും ചരിത്രപരവുമായ ഭൗതികവാദത്തെ ആസ്പദമാക്കിവേണം പാർട്ടിനേതാക്കൻമാർ തങ്ങളുടെ ജീവിതം നിയന്ത്രിക്കുവാൻ.

പക്ഷെ, മതാചാരങ്ങളുടെ അംശങ്ങളുള്ള വിശേഷദിവസങ്ങൾ പാർട്ടിയുടെ മാത്രം കാര്യമല്ല, ജനങ്ങളുടെ മുഴുവൻ കാര്യമാണ്. ആ സ്ഥിതിക്ക് ജനവികാരം മാനിച്ച് ആ ദിവസങ്ങളിൽ അവധികൊടുക്കുക, വിശേഷാൽപ്രതി ഇറക്കുക മുതലായവ ചെയ്യുന്നതിൽ യാതൊരു അപാകതയുമില്ല. ഇവയ്ക്കെതിരായിപോലും യുക്തിവാദികൾ ചന്ദ്രഹാസമിളക്കുന്നു! (ചന്ദ്രഹാസമെന്ന പദപ്രയോഗത്തിലും അവർ തെറ്റുകണ്ടെത്തിയേക്കാം.)

മതവിശ്വാസികൾക്ക് അവരുടെ ആചാര വിശ്വാസങ്ങൾക്കൊത്ത ജീവിതത്തിനും, അനുഷ്ഠാനങ്ങൾക്കും വേണ്ട സൗകര്യങ്ങൾ കൊടുക്കുന്നത് വർഗസമരത്തിന് മുൻതൂക്കം കൊടുക്കുന്നതിന്റെ അഭേദ്യഭാഗമാണ്. യുക്തിവാദത്തെ വർഗസമരത്തിൽനിന്ന് അടർത്തിയെടുത്ത് ചൂഷകവർഗങ്ങളിലെ മതവിശ്വാസങ്ങൾക്കെതിരായി യുദ്ധം പ്രഖ്യാപിക്കുന്നത് യുക്തിവാദത്തിന്റെ അന്തിമ വിജയത്തിനുപോലും സഹായകമാവുകയില്ല.

മതവിശ്വാസവും പാർട്ടിമെമ്പർഷിപ്പും

ലോകത്തിൽ ഒരു കമ്യൂണിസ്റ്റ് പാർട്ടിയുടെയും ഭരണഘടനയിലും പാർട്ടിമെമ്പറാകുന്നതിനുള്ള വ്യവസ്ഥകളുടെ കൂട്ടത്തിൽ "മതവിശ്വാസിയല്ലാതാവുക" എന്നു ചേർത്തിട്ടില്ലെന്നു കാണാം.

ഇന്ത്യയിലെ കമ്യൂണിസ്റ്റ് (മാർക്സിസ്റ്റ്) പാർട്ടി അടക്കം ലോകത്തിലെങ്ങുമുള്ള മാർക്സിസ്റ്റ്–ലെനിനിസ്റ്റ് പാർട്ടികളുടെ അണികളിൽ മതവിശ്വാസികളായ ക്രിസ്ത്യാനികൾ, മുസ്ലീങ്ങൾ, ഹിന്ദുക്കൾ മുതലായവർ ലക്ഷക്കണക്കിനുണ്ട്. അവരുടെ മതവിശ്വാസം പാർട്ടിയോടുള്ള

വിശ്വാസത്തിൽനിന്ന് അവരെ പിന്തിരിപ്പിച്ചിട്ടില്ല. എന്നുമാത്രമല്ല തങ്ങൾ അംഗീകരിക്കുന്ന മതവിശ്വാസമനുസരിച്ചുള്ള ജനസേവനത്തിന് തികച്ചും പറ്റിയ ഒരു വേദിയാണ് പാർട്ടി എന്ന് അവരിൽ പലരും കരുതുന്നു. പാർട്ടിയുടെ പരിപാടി, പാർട്ടി അതാത് കാലത്തു അംഗീകരിക്കുന്ന രാഷ്ട്രീയ പ്രമേയങ്ങൾ എന്നിവ നടപ്പിൽ വരുത്തണം. അങ്ങനെ ചെയ്യുന്നത് താൻ അംഗമായിട്ടുള്ള പാർട്ടിഘടകത്തിന്റെ തീരുമാനമനുസരിച്ചായിരിക്കണം. ഇതു മാത്രമാണ് പാർട്ടി മെമ്പർഷിപ്പിനുള്ള വ്യവസ്ഥ.

ഒരു ദർശനമെന്ന നിലക്ക് മാർക്സിസം ഭൗതിക വാദപരമാണ്. ആ നിലക്ക് മാർക്സിസ്റ്റുകാർക്ക് *ദാർശനിക നിലവാരത്തിൽ* മതവിശ്വാസവുമായി പൊരുത്തപ്പെട്ടുപോകാൻ കഴിയില്ല. പക്ഷെ, മാർക്സിസത്തെ ആസ്പദമാക്കി പ്രവർത്തിക്കുന്ന ഏതൊരു പാർട്ടിയുടെയും പ്രായോഗികപ്രവർത്തനം. തൊഴിലാളി വർഗ നേതൃത്വത്തിൽ അധ്വാനിക്കുന്ന ബഹുജനങ്ങളെയും മറ്റെല്ലാ ജനാധിപത്യവാദികളെയും ചൂഷക വർഗഭരണകൂടത്തിനെതിരായി സംഘടിപ്പിക്കുകയെന്നതാണ്. ഇങ്ങനെ സംഘടിപ്പിക്കപ്പെടേണ്ട തൊഴിലാളികൾ, മറ്റധ്വാനിക്കുന്ന ബഹുജനങ്ങൾ, എല്ലാ വിഭാഗങ്ങളിലുംപെട്ട ജനാധിപത്യവാദികൾ എന്നിവരിലാകട്ടെ, അവിശ്വാസികളെന്നപോലെ വിശ്വാസികളും ധാരാളമുണ്ടാകും.

അപ്പോൾ, മാർക്സിസത്തെ ആസ്പദമാക്കി പ്രവർത്തിക്കുന്ന കമ്യൂണിസ്റ്റ് (മാർക്സിസ്റ്റ്) പാർട്ടി, ഒരു വശത്ത് ഭൗതികവാദത്തിനു വേണ്ടി ആശയവാദ ചിന്താഗതിക്കെതിരായി താത്വികനിലവാരത്തിൽ സമരം നടത്തുന്നു; ഇതിൽ മറ്റെല്ലാ വിഭാഗങ്ങളിലുംപെട്ട ഭൗതികവാദികളുമായി സഹകരിക്കുന്നു.

മറുവശത്ത് ദൈനംദിനം ഉയർന്നുവരുന്ന *സാമ്പത്തിക-രാഷ്ട്രീയ -സാമൂഹ്യപ്രശ്നങ്ങളെ ആസ്പദമാക്കി പ്രായോഗികസമരങ്ങൾ* സംഘടിപ്പിക്കുന്നു. ഇതിൽ വിശ്വാസിയെന്നോ അവിശ്വാസിയെന്നോ വ്യത്യാസമില്ലാതെ അതാത് പ്രശ്നത്തെ ആസ്പദമാക്കി സമരം നടത്താൻ തയ്യാറുള്ള എല്ലാവരെയും യോജിപ്പിച്ച് അണിനിരത്തുന്നു.

ഇതിൽ രണ്ടാമത്തെ ജോലി സത്യസന്ധമായും കൂറോടുകൂടിയും ചെയ്യാൻ തയ്യാറാവുകയെന്നതാണ് പാർട്ടിമെമ്പർ ആകുന്നതിനുള്ള ഉപാധി.

ഈയടിസ്ഥാനത്തിലാണ് കമ്യൂണിസ്റ്റ് ഇൻറർ നാഷണലിന്റെ നേതൃത്വത്തിൽ ലോകത്തിലെ വിവിധ കമ്യൂണിസ്റ്റ് പാർട്ടികളുടെ ഭരണഘടന തയ്യാറാക്കാൻ തുടങ്ങിയപ്പോൾ-അതിന് നേതൃത്വം വഹിച്ചത് ലെനിനായിരുന്നു-പാർട്ടിഅംഗത്വത്തിനുള്ള അർഹത നിർണയിക്കുന്നതിനുള്ള കൂട്ടത്തിൽ മതവിശ്വാസത്തിനെതിരായി ഒന്നും പറയാത്തത്. പാർട്ടിയുടെ പരിപാടി, പാർട്ടിയുടെ ആധികാരികസംഘടനകൾ (പാർട്ടി കോൺഗ്രസും സെൻട്രൽ കമ്മിറ്റിയടക്കമുള്ള മറ്റു തിരഞ്ഞെടുക്കപ്പെട്ട കമ്മിറ്റികളും) അപ്പപ്പോൾ എടുക്കുന്ന തീരുമാനങ്ങൾ എന്നിവയോടു കൂറു പുലർത്തുക, താൻ അംഗമായ ഘടകത്തിന്റെ അച്ചടക്കത്തിന്

കീഴ്പെട്ട് നിസ്വാർഥം പ്രവർത്തിക്കുക–ഇത്രയും ചെയ്യണമെന്നതാണ് അംഗത്വത്തിനുള്ള അർഹതകളിൽ മുഖ്യമായത്.

ഈ വസ്തുത ചൂണ്ടിക്കാണിച്ച് മതവിശ്വാസിയാണെന്ന ഏക കാരണത്താൽ ഒരാളുടെ അംഗത്വത്തിനുള്ള അപേക്ഷ നിരസിക്കരുതെന്നും, ഈശ്വരപ്രാർഥനാദികൾ നടത്തുന്നുണ്ടെന്ന ഏക കാരണത്താൽ മറ്റെല്ലാ കടമകളും കൂറോടെ നടപ്പിലാക്കുന്ന ഒരു പാർട്ടിമെമ്പറെ പുറത്താക്കരുതെന്നും മാത്രമാണ് ഇതിനർഥം.

ഇതിനൊരു മറുവശമുണ്ടെന്നത് നേരാണ്. മാർക്സിസം–ലെനിനിസമെന്ന പ്രപഞ്ചവീക്ഷണത്തെ ആസ്പദമാക്കിയതാണല്ലോ പാർട്ടിയുടെ പരിപാടി. ഈ പ്രപഞ്ചവീക്ഷണം മുഴുവൻ തുടക്കത്തിൽതന്നെ ഉൾക്കൊള്ളാൻ കഴിഞ്ഞിട്ടില്ലെങ്കിലും അത് അധികമധികം സൂക്ഷ്മമായി പഠിക്കാനും അക്കാര്യത്തിൽ തനിക്കുള്ള ദൗർബല്യം പരിഹരിക്കാനും ശ്രമിക്കുന്നത് പാർട്ടിമെമ്പർമാരുടെ കടമകളിലൊന്നാണ്. കൂടാതെ, പാർട്ടിയുടെ ആനുകാലിക പ്രവർത്തന പരിപാടികളിൽ പലപ്പോഴും മതമേധാവികളുടെ നിക്ഷിപ്ത താൽപര്യങ്ങളുമായി പാർട്ടിമെമ്പർമാർക്ക് ഏറ്റുമുട്ടേണ്ടിവരികയും ചെയ്യും.

കേരളത്തിൽതന്നെ മതമേധാവികളെയാകെ കമ്യൂണിസ്റ്റ് പ്രസ്ഥാനത്തിനെതിരായി അണിനിരത്താൻ ഒന്നിലധികം തവണ ഭരണവർഗങ്ങൾ ശ്രമിക്കുകയും ഭാഗികവിജയം നേടുകയും ചെയ്തിട്ടുണ്ട്. ഇത്തരം സന്ദർഭങ്ങളിൽ മതമേധാവികൾക്കെതിരായി ഏറ്റുമുട്ടാൻ മതവിശ്വാസികളായ പാർട്ടിമെമ്പർമാർ നിർബന്ധിക്കപ്പെടും. അതിൽ ഉപേക്ഷ കാണിക്കുന്നവർക്ക് പാർട്ടിയിൽ സ്ഥാനമില്ലതാനും.

എന്നാൽ, ഇത് വൈരുധ്യാത്മക ഭൗതികവാദവും മതവിശ്വാസവും തമ്മിലുള്ള ഏറ്റുമുട്ടലല്ല. മതത്തിന്റെ ആവരണമിട്ട നിക്ഷിപ്ത താൽപര്യക്കാരും അവർക്കെതിരായി പൊരുതുന്ന പാർട്ടിമെമ്പർമാരും തമ്മിലുള്ള രാഷ്ട്രീയ ഏറ്റുമുട്ടലാണ്.

ഇതാണ് യഥാർഥത്തിൽ സോവിയറ്റ് യൂണിയനിലും മറ്റു സോഷ്യലിസ്റ്റ് രാജ്യങ്ങളിലും, നടക്കുന്നതായി എതിരാളികൾ പ്രചരിപ്പിക്കുന്ന മതപീഡനത്തിനടിസ്ഥാനം. വിപ്ലവത്തിനുമുമ്പ് വൻകിട ഭൂസ്വത്തുടമകളായിരുന്ന മതസ്ഥാപനങ്ങൾ മറ്റു വൻകിട ഭൂസ്വത്തുടമകളെപോലെ വിപ്ളവത്തിനെതിരായി ഗൂഢാലോചന നടത്തി പരസ്യമായിത്തന്നെ പ്രതിവിപ്ലവശക്തികൾക്ക് അവർ എല്ലാ ഒത്താശകളും ചെയ്തു കൊടുത്തു. മറ്റു പ്രതിവിപ്ളവശക്തികൾക്കെന്നപോലെ ഈ മതസ്ഥാപനങ്ങൾക്കുമെതിരായി ശക്തമായ നടപടികളെടുക്കാൻ വിപ്ലവഗവൺമെന്റ് നിർബന്ധിക്കപ്പെട്ടു.

എന്നാൽ, പിന്നീട് ഇതേ മതസ്ഥാപനങ്ങൾക്ക് പൂർണമായ പ്രവർത്തന സ്വാതന്ത്ര്യവും കരമൊഴിവ് അടക്കമുള്ള ഒട്ടേറെ സൗജന്യങ്ങളും അനുവദിക്കാൻ കമ്യൂണിസ്റ്റ് നേതൃത്വത്തിലുള്ള വിപ്ലവഗവൺമെന്റ് മടിച്ചില്ല. സോഷ്യലിസ്റ്റ് രാജ്യങ്ങളിലെ മതമേധാവികൾ

ഫാസിസ്റ്റുവിരുദ്ധയുദ്ധം വിജയിപ്പിക്കുന്നതിൽ വഹിച്ച് പങ്ക് തികച്ചും അഭിനന്ദനാർഹമാണ്. ഫ്രാൻസ്, ഇറ്റലി മുതലായ യൂറോപ്യൻ മുതലാളിത്തരാജ്യങ്ങളിലും ദേശീയവിമോചന പ്രസ്ഥാനങ്ങൾ അലയടിച്ചുയരുന്ന ഏഷ്യനാഫ്രിക്കൻ ലാറ്റിനമേരിക്കൻ രാജ്യങ്ങളിലും വിവിധ വിഭാഗങ്ങളിൽപെട്ട മതമേധാവികൾ ഇന്നുതന്നെ അഭിനന്ദനാർഹമായ പങ്ക് വഹിച്ചുകൊണ്ടിരിക്കുന്നുണ്ട്. നിക്വരാഗ്വയെപോലെ ചില രാജ്യങ്ങളിൽ ഉടുപ്പിട്ട പള്ളിയച്ചൻമാർ വിപ്ലവഗവൺമെന്റിൽ മന്ത്രിമാരായിപോലും പ്രവർത്തിക്കുന്നുണ്ട്.

ചുരുക്കത്തിൽ,

1. ആശയവാദത്തെ അടിസ്ഥാനപ്പെടുത്തിയുള്ള മതവിശ്വാസത്തോട് മൗലികമായി പൊരുത്തപ്പെടാൻ മാർക്സിസം-ലെനിനിസത്തിന് സാധ്യമല്ല.

2. പ്രായോഗിക ജീവിതത്തിൽ മതസ്ഥാപനങ്ങളോടും അവയുടെ മേധാവികളോടും മാർക്സിസ്റ്റുകാർ അംഗീകരിക്കുന്ന സമീപനത്തെ നിയന്ത്രിക്കുന്നത് വിപ്ലവപ്രസ്ഥാനത്തോട് ഓരോ മതവിഭാഗവും ഓരോ സമയത്ത് അംഗീകരിക്കുന്ന സമീപനമാണ്, മതമേധാവികളെപ്പോലും പ്രതിവിപ്ലവത്തിന്റെ ചേരിയിലാക്കാതെ കഴിക്കാൻ-അവരെ വിപ്ലവത്തിന്റെ ചേരിയിൽ നിർത്താൻ തന്നെ, കഴിയുന്നത്ര ശ്രമിക്കുക; നിവൃത്തിയില്ലാതെവന്നാൽ എതിർക്കുക-ഇതാണ് അവരോടുള്ള സമീപനം.

3. എന്നാൽ, മതവിശ്വാസികളായ ബഹുജനങ്ങളുടെ കാര്യത്തിൽ മാർക്സിസ്റ്റുകാർ സവിശേഷമായ ശ്രദ്ധചെലുത്തുകതന്നെ വേണം. അധ്വാനിക്കുന്ന ബഹുജനങ്ങളിൽ ബഹുഭൂരിപക്ഷം മതവിശ്വാസികളാണെന്നതാണ് പരമാർഥം. അവരുടെ വികാരവിചാരങ്ങളെ മാനിച്ചുകൊണ്ടല്ലാതെ അധ്വാനിക്കുന്ന പൊതുജനങ്ങളെ ഏകോപിപ്പിക്കാനും, അവരുടെമേൽ തൊഴിലാളിവർഗ നേതൃത്വം സ്ഥാപിക്കാനും കഴിയുകയില്ല. അതേയവസരത്തിൽ, ആധുനിക സയൻസിന്റെ തത്വങ്ങൾ വ്യാപകമായി പ്രചരിപ്പിച്ചും, അന്ധവിശ്വാസങ്ങൾക്കെതിരായി നിരന്തരം പോരാടിയും, മാർക്സിസ്റ്റ്-ലെനിനിസ്റ്റ് ചിന്താഗതി ഉൾക്കൊള്ളുന്ന മുന്നണി വിഭാഗങ്ങളെ സംഘടിപ്പിച്ചും ബഹുജനങ്ങളുടെ സാംസ്കാരിക പിന്നോക്കാവസ്ഥ ഇല്ലാതാക്കാൻ മാർക്സിസ്റ്റുകാർ സംഘടിതമായി പ്രവർത്തിക്കുകതന്നെവേണം.

മതസ്ഥാപനങ്ങളും സോഷ്യലിസ്റ്റ് ഗവൺമെന്റുകളും

സോഷ്യലിസം സ്ഥാപിക്കപ്പെട്ടിട്ടുള്ള രാജ്യങ്ങളിലെ ഭരണകർത്താക്കളും മതസ്ഥാപനങ്ങളും തമ്മിലുള്ള ബന്ധം നിരന്തരവും രൂക്ഷമായ സംഘട്ടനത്തിന്റേതുമാണെന്ന തെറ്റായ ധാരണ പലർക്കുമുണ്ട്.

മാർക്സിസം-ലെനിനിസം ദാർശനികമായി ഭൗതികവാദത്തിൽ അടിയുറച്ചുനിൽക്കുന്നു. എന്നാൽ, ലക്ഷക്കണക്കിനാളുകളെ സംഘടി

പ്പിക്കുന്ന മതസ്ഥാപനങ്ങളോട് ശത്രുതാപരമായ ബന്ധം പുലർത്താൻ മാർക്സിസ്റ്റ് പാർട്ടികൾ തയ്യാറാവുകയില്ല. രാഷ്ട്രീയപാർട്ടികളും മത സ്ഥാപനങ്ങളും തമ്മിലും അവ രണ്ടിനും ഭരണത്തോടുമുള്ള ബന്ധം ദാർശനികവീക്ഷണത്തെ ആസ്പദമാക്കിയല്ല, സാമൂഹ്യ-രാഷ്ട്രീയ യാഥാർഥ്യങ്ങളെ ആസ്പദമാക്കിയാണ്, നിർണയിക്കുന്നത്.

ഉദാഹരണത്തിന്, ആദ്യത്തെ സോഷ്യലിസ്റ്റ് രാജ്യമായ സോവിയറ്റ് ഗവൺമെന്റും മതസ്ഥാപനങ്ങളും തമ്മിലുള്ള ബന്ധം-വിശേഷിച്ച് ഭൂവുടമാബന്ധം-മനസിലാക്കണം, അന്നത്തെ റഷ്യൻ വൻകിട ഭൂവുടമകളിൽ ഒരു പ്രധാന സ്ഥാനമാണ് പള്ളികൾക്കുണ്ടായിരുന്നത്. അതുകൊണ്ട്, പള്ളികൾ ചക്രവർത്തിയുടെയും മറ്റ് വൻകിടഭൂവുടമകളുടെയും കൂടെനിന്ന് സോഷ്യലിസ്റ്റ്-കമ്യൂണിസ്റ്റ് പ്രസ്ഥാനങ്ങളെ രൂക്ഷമായി എതിർത്തു-1917-ലെ വിപ്ലവത്തിനുശേഷമാകട്ടെ, മുൻ സ്വത്തുടമാവർഗങ്ങളുടെ പ്രതിവിപ്ലവചേരിയിൽ നിലയുറപ്പിച്ച് ഗവൺമെന്റ് വിരുദ്ധമായ നടപടിയിൽ പള്ളിമേധാവികൾ ഏർപ്പെട്ടു.

സോഷ്യലിസ്റ്റ്-സോവിയറ്റ് യൂണിയനെതിരായ പ്രതിവിപ്ലവ ശ്രമങ്ങളാകട്ടെ, സോവിയറ്റ് യൂണിയനിൽ മാത്രമായി ഒതുങ്ങിനിന്നതുമില്ല. ഒന്നും രണ്ടും ലോകമഹായുദ്ധങ്ങൾക്കിടയിലുള്ള കാലഘട്ടത്തിലും രണ്ടാംലോകമഹായുദ്ധത്തിനുശേഷമുള്ള ശീതസമരകാലത്തും ആഗോളമായ ഒരു സോവിയറ്റ് വിരുദ്ധപ്രസ്ഥാനം സാമ്രാജ്യമേധാവിത്വം പടുത്തുയർത്തി. അതിൽ പ്രധാനമായ ഒരു പങ്ക് കത്തോലിക്കാ മതമേധാവികൾ വഹിച്ചു. അങ്ങനെ ലോകകമ്യൂണിസ്റ്റ് പ്രസ്ഥാനവും കത്തോലിക്കാ മതമേധാവികളും തമ്മിൽ സംഘട്ടനത്തിന്റേതായ ഒരു ബന്ധം നിലവിൽ വന്നു.

ഇതിനൊരു മാറ്റം എങ്ങനെ വന്നു? പഴയ കമ്യൂണിസ്റ്റ് വിരുദ്ധ നിലപാട് ഇന്നത്തെ ലോകയാഥാർഥ്യത്തിന് യോജിച്ചതല്ലെന്ന സത്യം കത്തോലിക്കാ മതമേധാവികൾ കണ്ടുപിടിച്ചു. ഇതിനനുസരിച്ച മാറ്റം ലോകകമ്യൂണിസ്റ്റ് പ്രസ്ഥാനത്തിന്റെ നേതാക്കൻമാരിലും വന്നു. ഇതാണ് പോപ്പിന്റെ ഈയിടത്തെ പോളണ്ട് യാത്രയിൽ നിന്ന് മനസിലാക്കേണ്ടത്.

ഇതാകട്ടെ, ഒരൊറ്റപ്പെട്ട സംഭവമല്ലതാനും. നാസിവിരുദ്ധയുദ്ധത്തിൽ റഷ്യൻ ഓർത്തഡോക്സ് സഭയുടെ ഏറ്റവും ഉയർന്ന മേധാവികൾപോലും സജീവമായ പങ്കുവഹിച്ചു. അവർക്ക് നാസിവിരുദ്ധപ്രസ്ഥാനത്തിൽ ബഹുമാന്യമായ പങ്ക് സ്റ്റാലിന്റെ നേതൃത്വത്തിൽ സോവിയറ്റ് ഗവൺമെന്റും കമ്യൂണിസ്റ്റ് പാർട്ടിയും നൽകി. മറ്റ് യൂറോപ്യൻ രാജ്യങ്ങളിലെ കമ്യൂണിസ്റ്റുകാരാവട്ടെ, ഫാസിസ്റ്റ് വിരുദ്ധമുന്നണിയിൽ മതമധാവികൾക്കുള്ള പങ്ക് തികച്ചും അംഗീകരിച്ചിരുന്നു. കമ്യൂണിസ്റ്റ് ഇന്റർ നാഷണലിന്റെ ഏഴാം കോൺഗ്രസിൽ ഉരുത്തിരിഞ്ഞുവന്ന ഐക്യമുന്നണിയുടെ സമരതന്ത്രത്തിൽ ആത്മാർഥതയോടെ ഫാസിസ്റ്റ് വിരുദ്ധ സമരത്തിൽ പങ്കെടുക്കുന്ന മതമേധാവികൾക്കും സ്ഥാനം

നൽകിയിരുന്നു.

ഇതിന്റെയെല്ലാം തുടർച്ചയായി അടുത്തകാലത്ത് സോഷ്യലിസ്റ്റ് രാജ്യങ്ങളിലെ ഗവൺമെന്റുകളും മതമേധാവികളും തമ്മിൽതമ്മിൽ മുമ്പത്തെ സംഘട്ടനാത്മകമായ ബന്ധത്തിന് പകരം പുതിയ സഹകരണത്തിന്റെ ബന്ധം ഉണ്ടാവുന്നുണ്ട്. സോഷ്യലിസ്റ്റ് ഗവൺമെന്റുകൾ ഏകപക്ഷീയമായി മതസ്ഥാപനങ്ങളോടുള്ള തങ്ങളുടെ സമീപനം മാറ്റുകയല്ല ചെയ്തത്. പിന്നെയോ? മതമേധാവികൾക്ക് സോഷ്യലിസ്റ്റ് ഗവൺമെന്റുകളോടുള്ള സമീപനവും അതിന്റെ പ്രതിഫലനമെന്ന നിലക്ക് മതസ്ഥാപനങ്ങളോട് സോഷ്യലിസ്റ്റ് ഗവൺമെന്റുകൾക്കുള്ള സമീപനവും രണ്ടും മാറുകയാണ്. മുതലാളിത്ത–സോഷ്യലിസ്റ്റ് ഗവൺമെന്റുകൾ തമ്മിലുള്ള ബന്ധം സമാധാനപരമായ സഹവർത്തിത്വത്തിന്റേതായി മാറുന്നതിനെ തുടർന്ന് സോഷ്യലിസ്റ്റ് ഗവൺമെന്റുകളും മതസ്ഥാപനങ്ങളും തമ്മിലുള്ള ബന്ധവും സഹവർത്തിത്വത്തിന്റേതായി മാറിയിരിക്കുകയാണ്.

പോപ്പിനെ സന്ദർശിക്കാൻ കൂടിയ പോളണ്ടിലെ ജനലക്ഷങ്ങൾ മുഴുവൻ മതവിശ്വാസികളാണെന്ന് കരുതുന്നതിലും അർഥമില്ല. മൊറാർജി ദേശായിയെ കാണാൻ കൂടിയ ജനങ്ങൾ മുഴുവൻ മൊറാർജിയുടെ പ്രപഞ്ചവീക്ഷണത്തോട് ആനുകൂല്യമുള്ളവരാണെന്നു കരുതാൻ വയ്യല്ലോ. അതുപോലെ തന്നെയാണ് പോപ്പിനെ കാണാൻ വന്നവരുടെയും സ്ഥിതി.

സോഷ്യലിസ്റ്റ് വിപ്ലവം മുതൽക്കിന്നേവരെ പ്രതിവിപ്ലവശക്തികൾക്ക് താങ്ങും തണലുമായി നിന്നിരുന്ന ലോക മതമേധാവി (പോപ്പ്) സൗഹൃദത്തിന്റെ സന്ദേശവുമായി വരുന്നതുകാണുമ്പോൾ, സോഷ്യലിസ്റ്റ് നാടുകളിലെ പൗരൻമാർ ആഹ്ലാദിക്കുന്നത് സ്വാഭാവികം മാത്രമാണല്ലോ.

അതേ അവസരത്തിൽ, എല്ലാ സോഷ്യലിസ്റ്റ് രാജ്യങ്ങളിലും ധാരാളം മതവിശ്വാസികളുണ്ടെന്നത് നേരാണ്. ഭൗതികവാദത്തിൽ അടിയുറച്ച ദർശനമംഗീകരിക്കുന്ന ഒന്നാണ് ഭരണകക്ഷിയെന്ന കാരണത്താൽ ജനങ്ങളാകെ ഭൗതികവാദികളാവണമെന്നില്ലല്ലോ. സോഷ്യലിസത്തിന്റേതായ സാമൂഹ്യ അടിത്തറ, മതത്തിന്റേതായ സാംസ്കാരിക മേൽപ്പുര–ഈ വൈരുധ്യം, സോഷ്യലിസ്റ്റ് നാടുകളിലെ പൗരൻമാരിൽ ഒരു വിഭാഗത്തെ സംബന്ധിച്ചിടത്തോളം ഏതാനും തലമുറകളോളം തുടരുകയാണെങ്കിൽ അതിൽ ആശ്ചര്യപ്പെടാനില്ല.

യുക്തിവാദികളും സമകാലീന രാഷ്ട്രീയവും

യുക്തിവാദത്തിൽ നിന്ന് മാർക്സിസത്തിലേക്ക്

പതിനേഴ്, പതിനെട്ട് നൂറ്റാണ്ടുകളിൽ യുറോപ്പിലാണല്ലോ ലോകത്തിൽ ആദ്യമായി ബൂർഷ്വാസി ഒരു പുതിയ വിപ്ലവശക്തിയെന്ന നിലക്ക് രാഷ്ട്രീയരംഗത്തേക്ക് കടന്നുവന്നത്. യൂറോപ്പിലേതിനേക്കാൾ താമസിച്ചും അവിടെയില്ലാതിരുന്ന പല പരിമിതികൾക്കും വിധേയമായുമാണ് ഇന്ത്യയിൽ ബൂർഷ്വാസി ഒരു രാഷ്ട്രീയ ശക്തിയായി ഉയർന്നത്. എന്നാൽ യൂറോപ്പിലെന്നപോലെ ഇവിടെയും ബൂർഷ്വാസിയുടെ രാഷ്ട്രീയരംഗപ്രവേശത്തിന് രണ്ട് മുഖ്യമുഖങ്ങളുണ്ടായിരുന്നു.

നിലവിലുള്ള മതസ്ഥാപനങ്ങൾ, ദൈവവിശ്വാസം മുതലായവയെ വെല്ലുവിളിച്ചു കൊണ്ടുള്ള ബൂർഷ്വാ സാംസ്കാരിക വിപ്ലവമാണ് അതിലാദ്യത്തേത്. ഇന്ത്യയിലാകട്ടെ, മതസ്ഥാപനങ്ങളെയും മതവിശ്വാസത്തെയും നേരിട്ട് വെല്ലുവിളിക്കാതെ, അവയെ പരിഷ്കരിക്കുകയെന്ന മറയ്ക്കുപിന്നിൽ ജാതിവ്യത്യാസം, പഴഞ്ചൻ രീതിയിലുള്ള കുടുംബബന്ധങ്ങളും വിവാഹരീതികളും മുതലായവയെ 'നവീകരി'ക്കുന്ന സാമൂഹ്യപരിഷ്കാരപ്രസ്ഥാനം രൂപംകൊള്ളുകയാണ് ചെയ്തത്.

ബംഗാളിൽ റാംമോഹൻ റായിയും വിവേകാനന്ദനും തൊട്ടുള്ളവർ മുൻകൈയെടുത്ത് സാമൂഹ്യജീവിതത്തിലും സാംസ്കാരികനിലപാടുകളിലും യാഥാസ്ഥിതികരെ ഞെട്ടിച്ചുകൊണ്ട് പ്രസ്ഥാനങ്ങൾക്കും രൂപം കൊടുത്തു. കേരളത്തിലെ ചട്ടമ്പിസ്വാമികളും നാരായണഗുരുവും തൊട്ടുള്ള ആത്മീയ നേതാക്കളും ഇതുതന്നെയാണ് ചെയ്തത്.

സാമൂഹ്യവും സാംസ്കാരികവുമായ രംഗങ്ങളിലെ ഈ ബൂർഷ്വാ നവീകരണ പ്രസ്ഥാനങ്ങളെ രാഷ്ട്രീയ സ്വാതന്ത്ര്യത്തിനു വേണ്ടിയുള്ള ബഹുജനപ്രസ്ഥാനങ്ങളും പ്രക്ഷോഭസമരങ്ങളുമായി കൂട്ടിയിണക്കുകയാണ് തിലകന്റെയും ഗാന്ധിയുടെയും കാലംതൊട്ട് ഇവിടത്തെ ബൂർഷ്വാനേതൃത്വം ചെയ്തത്. അവരാരും യൂറോപ്പിലെ സാംസ്കാരികവിപ്ലവക്കാരെപ്പോലെ മതത്തെയും ഈശ്വരവിശ്വാസത്തെയും എതിർത്തില്ലെന്നു മാത്രമല്ല അവയെ ദേശീയപ്രസ്ഥാനത്തിനുവേണ്ടി ഉപയോഗിക്കുകകൂടി ചെയ്തു.

ദേശീയസ്വാതന്ത്ര്യത്തിനുവേണ്ടിയുള്ള ബഹുജന പ്രസ്ഥാനത്തെ ശക്തിപ്പെടുത്തുന്ന ഈ നീക്കം ഒരേ സമയത്ത് ഗുണവും ദോഷവും ചെയ്തു. സാംസ്കാരികമായി പിന്നോക്കം നിൽക്കുന്ന ബഹുജനങ്ങളെ സ്വാതന്ത്ര്യസമരത്തിൽ വൻതോതിൽ അണിനിരത്താൻ ഈ സമീപനം സഹായിച്ചുവെന്നതാണ് അതിന്റെ ഗുണം. ബഹുജനങ്ങളെ അണിനിരത്താനുള്ള ഈ ശ്രമത്തിന്റെ ഭാഗമെന്ന നിലക്ക് ജാതിവ്യവസ്ഥയിൽ അടിയുറച്ച സാമൂഹ്യജീവിതം, മതവിശ്വാസത്തെ ആസ്പദമാക്കിയ സംസ്കാരം എന്നിവയെ ബൂർഷ്വാരീതിയിൽ പരിഷ്കരിക്കാൻ ശ്രമിച്ചുവെന്നതും ഒരു ഗുണംതന്നെ.

എന്നാൽ, സാമൂഹ്യ സാംസ്കാരികരംഗങ്ങളിൽ ബൂർഷ്വാപരിവർത്തനങ്ങൾ വരുത്തുന്നതിനും ദേശീയ സ്വാതന്ത്ര്യസമരം ശക്തിപ്പെടുത്തുന്നതിനും വേണ്ടിയാണെങ്കിലും, മതവിശ്വാസം, ചാതുർവർണ്യം മുതലായവയുടെ അന്തരീക്ഷമാണ് ബൂർഷ്വാദേശീയ പ്രസ്ഥാനത്തിൽ നിലനിന്നിരുന്നത്. അതാകട്ടെ, ഓരോ മതവിഭാഗത്തിനും ഓരോ ജാതിക്കും പരമ്പരാഗതമായി കിട്ടിയ സാമൂഹ്യ-സാംസ്കാരിക വീക്ഷണത്തെ പരിഷ്കൃത രൂപത്തിലാണെങ്കിലും ഉറപ്പിച്ചു-ഇതാണ് ഇന്ത്യയിൽ വളർന്നു വന്ന ബൂർഷ്വാദേശീയ പ്രസ്ഥാനത്തിന്റെ ദോഷം.

ബ്രിട്ടീഷ്ഭരണം അവസാനിച്ച് ഇന്ത്യ സ്വതന്ത്രയാവുക എന്നതിന്റെ അർഥം പുരാതന ഹൈന്ദവസംസ്കാരവും ഹൈന്ദവസാമ്രാജ്യങ്ങളും പുനരുദ്ധരിക്കുകയാണെന്ന് ഒരു വിഭാഗം; അതല്ല, പഴയ മുഗൾ സാമ്രാജ്യം പുനരുദ്ധരിക്കലാണെന്ന് വേറൊരു വിഭാഗം; സിഖ് രാജാക്കൻമാരുടെ ഭരണത്തിൻകീഴിലുണ്ടായിരുന്നതുപോലെ, മതവുമായി ബന്ധപ്പെട്ട ഭരണമാണ് ഉയിർത്തെഴുന്നേൽക്കുകയെന്ന് മൂന്നാമതൊരു വിഭാഗം. ഇതിനുപുറമെ, മറ്റു മതവിഭാഗങ്ങൾ, ജാതികൾ എന്നിവയിലോരോന്നിലും 'പഴയ ഐശ്വര്യം' വീണ്ടെടുക്കാനുള്ള ശ്രമമായി, ദേശീയ സ്വാതന്ത്ര്യത്തെ വ്യാഖ്യാനിക്കുന്ന വിഭാഗങ്ങളുമുണ്ടായിരുന്നു.

ഇതാണ് ഇന്ത്യയുടെ ബൂർഷ്വാവിപ്ലവപ്രസ്ഥാനത്തിന്റെ മുഖ്യമായ ദൗർബല്യം. അത് സമർഥമായുപയോഗിച്ച് സ്വാതന്ത്ര്യസമരത്തിൽ പിളർപ്പുണ്ടാക്കുകയും അവസാനം ഇന്ത്യയെത്തന്നെ വെട്ടിമുറിക്കുകയും ചെയ്യുന്നതിൽ ബ്രിട്ടീഷ് സാമ്രാജ്യവാദികൾ വിജയിച്ചു.

അതിന്റെ തുടർച്ച ഇന്നത്തെ ജാതി–മത രാഷ്ട്രീയത്തിലും മറ്റു ശിഥിലീകരണപ്രസ്ഥാനങ്ങളിലും കാണാം.

എന്നാൽ, ബൂർഷ്വാ ദേശീയപ്രസ്ഥാനത്തിന്റെ വളർച്ചയോടൊപ്പം അതിനകത്തുതന്നെ രണ്ടു നൂറ്റാണ്ടുകൾക്കുമുമ്പ് യൂറോപ്പിൽ രൂപം കൊണ്ടിരുന്നതുപോലെ, മതസ്ഥാപനങ്ങളെയും ദൈവവിശ്വാസത്തെയും വെല്ലുവിളിക്കുന്ന ഒരു ഇടതുപക്ഷ–ബൂർഷ്വാദേശീയ പ്രസ്ഥാനം ക്രമേണ വളർന്നുവന്നു. 1920 കളിലാണ് ഇതിന്റെ തുടക്കം. ഇത് കേരളത്തിൽ പ്രതിഫലിച്ചത് സഹോദരൻ അയ്യപ്പൻ അടക്കമുള്ള കുറെപേർ *യുക്തിവാദി*യെന്ന മാസിക തുടങ്ങി അതിന്റെ ആശയങ്ങൾ പ്രചരിപ്പിക്കാൻ തുടങ്ങിയതോടെയാണ്. ബൂർഷ്വാദേശീയനേതാക്കളിൽ ഒരു വിഭാഗവും ഈ സമീപനം അംഗീകരിച്ചിരുന്നു. ബൂർഷ്വാദേശീയപ്രസ്ഥാനത്തിനകത്തുതന്നെ ഇടതുപക്ഷ ചിന്താഗതി ഉൾക്കൊണ്ടിരുന്ന യുവജനങ്ങളിൽ ഇതിന്റെ സ്വാധീനം വ്യാപിച്ചതിനാൽ 1920 കളുടെ അവസാനവർഷങ്ങളിൽ രൂപം കൊള്ളാൻ തുടങ്ങിയിരുന്ന ഇടതുപക്ഷ രാഷ്ട്രീയ പ്രസ്ഥാനങ്ങളിൽ ഇതിന്റെ ശക്തിയായ അല അടിച്ചു.

മതസ്ഥാപനങ്ങളോടും ദൈവവിശ്വാസങ്ങളോടുമുള്ള വെല്ലുവിളിയെന്ന രൂപത്തിൽ മാത്രമല്ല, ഇടതുപക്ഷ–ബൂർഷ്വാരാഷ്ട്രീയ പ്രസ്ഥാനം രൂപംകൊണ്ടതും വളർന്നുവന്നതും. രാഷ്ട്രീയരംഗത്തും ഭരണരംഗത്തും നിലവിലുള്ള സ്ഥാപനങ്ങൾ, നിയമങ്ങൾ മുതലായവയെയും ബൂർഷ്വാവിപ്ലവകാരികൾ വെല്ലുവിളിച്ചു. രാജാക്കൻമാർ, ചക്രവർത്തിമാർ അവരുടെ മന്ത്രിമാരും സേനാനായകൻമാരും മുതലായവർക്കെതിരായി ആളുകൾ ഇളകിപുറപ്പെട്ടു. അവരിൽ പലരുടെയും തലകൊയ്യാൻപോലും ബൂർഷ്വാവിപ്ലവകാരികൾ തയ്യാറായി. ഇതാണ് ബൂർഷ്വാവിപ്ലവപ്രസ്ഥാനത്തിന്റെ രണ്ടാമത്തെ വശം.

17,18,19 നൂറ്റാണ്ടുകളിൽ ഒന്നിനുപുറകെ മറ്റൊന്നായി യൂറോപ്യൻരാജ്യങ്ങളിലെ ഭരണാധിപൻമാർ സ്ഥാനഭ്രഷ്ടരാകുകയും അവരിൽ പലരും കൊല്ലപ്പെടുകയും ചെയ്തു. ഇതിലടങ്ങിയ ബലപ്രയോഗത്തോടുകൂടിയ രാഷ്ട്രീയവിപ്ലവം എന്ന ആശയം യുവജനങ്ങളെ സ്വാധീനിച്ചു. ഇന്ത്യയിലും ഇരുപതാംനൂറ്റാണ്ടിന്റെ ആദ്യംതൊട്ട് ഈ പ്രവണത വളർന്നുവന്നു. ബംഗാൾ, പഞ്ചാബ്, ഉത്തർപ്രദേശ് മുതലായ സംസ്ഥാനങ്ങളിൽ ബ്രിട്ടീഷ് ഭരണാധികാരികളുടെ ഭാഷയിൽ 'ഭീകരപ്രസ്ഥാനക്കാർ' സംഘടിതമായി മുമ്പോട്ടുവരികയും പലപ്പോഴുമായി പലേടത്തും വെച്ച് ബ്രിട്ടീഷുദ്യോഗസ്ഥൻമാരെ കൊലപ്പെടുത്തുകയും ചെയ്തു.

ഇതിന്റെ സ്വാധീനം കേരളത്തിലേക്കു വ്യാപിച്ചത് വളരെ വൈകിയാണ്. 1920 കളുടെ അവസാനത്തിലും തുടർന്ന വർഷങ്ങളിലുമാണ് കേരളത്തിലെ യുവരാഷ്ട്രീയ പ്രവർത്തകർ വടക്കെ ഇന്ത്യയിലെ

'ഭീകരപ്രസ്ഥാന'ക്കാരുമായി ബന്ധപ്പെടാൻ തുടങ്ങിയത്. എന്നാൽ, അപ്പോഴേക്ക് ഭീകരപ്രസ്ഥാനത്തിലും കാര്യമായ ഒരു മാറ്റം വന്നിരുന്നു.

വെറുക്കപ്പെട്ട ഉദ്യോഗസ്ഥമേധാവികളെയും ബ്രിട്ടീഷ് ഏജന്റുമാരെയും കൊന്നൊടുക്കി ഇന്ത്യയെ ബ്രിട്ടീഷ് ഭരണത്തിൽനിന്ന് മോചിപ്പിക്കുക എന്ന കാഴ്ചപ്പാട് തെറ്റാണ്. നേരെമറിച്ച്, ജനതയെ ആകെ സംഘടിപ്പിച്ച് അവരുടേതായ ഒരു വിപ്ലവസൈന്യം ബ്രിട്ടീഷ് സാമ്രാജ്യവാദികളുടെ ഭരണകൂടവുമായി ഏറ്റുമുട്ടി ഭരണം പിടിച്ചെടുക്കുകയാണ് ശരിയായ മാർഗം. ഇതിനാകട്ടെ,. ഗാന്ധിസം, ബൂർഷ്വാ പാർലമെന്ററി വ്യാമോഹം എന്നിവ ഉപേക്ഷിച്ച് മാർക്സിസത്തിന്റെ ആശയപരമായ നേതൃത്വത്തിൽ സംഘടിക്കുകയേ വഴിയുള്ളൂ.

ഈ പുതിയ കാഴ്ചപ്പാട് രക്തസാക്ഷി ഭഗത്സിങ്ങടക്കം ഇന്ത്യൻ വിപ്ലവകാരികളിൽ വലിയൊരു വിഭാഗത്തിന് വന്നുകഴിഞ്ഞിരുന്നു. ഈ മാറ്റത്തിന് വിധേയമായിക്കൊണ്ടുള്ള ഉത്തരേന്ത്യൻ വിപ്ലവകാരികളുമായാണ് കേരളത്തിലെ യുവ രാഷ്ട്രീയപ്രവർത്തകർ ബന്ധപ്പെട്ടത്.

കേരളമടക്കം ഇന്ത്യയിലാകെയുള്ള യുവവിപ്ലവകാരികളെ സ്വാധീനിച്ച ഈ ആശയഗതി ഒരു വശത്ത്, മതസ്ഥാപനങ്ങളും ദൈവവിശ്വാസവും മറുവശത്ത്, ഭരണകൂടം, അതിനെതിരായി നടത്തേണ്ട ബലപ്രയോഗത്തിന്റെ അനിവാര്യത എന്നിവയെക്കുറിച്ച് പുതിയ ഒരു കാഴ്ചപ്പാട് വിപ്ലവകാരികൾക്കു നൽകി. ഈ കാഴ്ചപ്പാടിന്റെ ഉള്ളടക്കം ഇങ്ങനെ സംഗ്രഹിക്കാം:

1. മതസ്ഥാപനങ്ങളെയും ദൈവവിശ്വാസത്തെയും കുറിച്ച് മാർക്സിനുമുമ്പ് യൂറോപ്പിലെ ബൂർഷ്വാവിപ്ലവകാരികൾ അംഗീകരിച്ച സമീപനം അപൂർണമാണ്. മതസ്ഥാപനങ്ങളും ദൈവവിശ്വാസവും മനുഷ്യന്റെ വളർച്ചയെ സഹായിക്കുകയല്ല തടയുകയാണ് ചെയ്യുന്നതെന്ന് പറഞ്ഞുവെക്കുക മാത്രമെ അവർ ചെയ്യുന്നുള്ളൂ. അത് മനുഷ്യപുരോഗതിക്കു മുമ്പിൽ വലിച്ചുവെക്കുന്ന തടസ്സങ്ങൾ എങ്ങനെ തട്ടിനീക്കണമെന്നു വിശദീകരിക്കുന്നില്ല, അതിനുള്ള കാരണം 'തെറ്റായ ആശയ'ത്തെ ശരിയായ ആശയം ഉപയോഗിച്ച് നശിപ്പിക്കുക എന്ന കാഴ്ചപ്പാടോടെയാണ് ആ പ്രസ്ഥാനക്കാർ പ്രശ്നം കൈകാര്യം ചെയ്യുന്നതെന്നതാണ്. അത് മൗലികമായി തെറ്റാണ്. എന്തുകൊണ്ടെന്നാൽ, തെറ്റും ശരിയുമായ ആശയങ്ങൾ ഉദ്ഭവിക്കുന്നത് മനുഷ്യസമൂഹത്തിൽ വിപ്ലവപരവും പ്രതിവിപ്ലവപരവുമായ ശക്തികൾ (ചൂഷിത-ചൂഷക വർഗങ്ങൾ) തമ്മിലുള്ള ഏറ്റുമുട്ടലിന്റെ പ്രതിഫലനമെന്ന നിലക്കാണ്, ബൂർഷ്വായുക്തിവാദത്തിന്റെ ഉദ്ഭവംതന്നെ ഫ്യൂഡൽവ്യവസ്ഥക്കെതിരായി ബൂർഷ്വാസി നടത്തിക്കൊണ്ടിരുന്ന സമരത്തിൽനിന്നാണ്. ആ സമരത്തിന്റെ ആദ്യഘട്ടത്തിൽ ഒന്നായി നിന്നിരുന്ന ബൂർഷ്വാസിയും തൊഴിലാളിവർഗവും ക്രമേണ വേർപിരിഞ്ഞു. അങ്ങനെ പഴയ ബൂർഷ്വാ ആശയങ്ങൾക്കെതിരായി പുതിയ തൊഴിലാളിവർഗ ആശയങ്ങൾ കരുപിടിപ്പിക്കുന്ന പഴയ (ബൂർഷ്വാ) യുക്തിവാദത്തിന് പകരം

പുതിയ തൊഴിലാളിവർഗസിദ്ധാന്തം (വൈരുധ്യാധിഷ്ഠിതവും ചരിത്ര പരവുമായ ഭൗതികവാദം) രൂപം കൊണ്ടു.

2. ഈ പുതിയ തൊഴിലാളിവർഗ വിപ്ലവസിദ്ധാന്തം ആശയരംഗത്ത് നടക്കുന്ന സമരങ്ങളെ സാമ്പത്തികവും രാഷ്ട്രീയവുമടക്കം എല്ലാ രംഗങ്ങളിലുമുള്ള സമരങ്ങളുമായി കൂട്ടയിണക്കുന്നു. മാർക്സിന്റെ സുപ്രസിദ്ധമായൊരു വാചകം ഉദ്ധരിക്കാമെങ്കിൽ ഇതേവരെ തത്വചിന്തകൻമാർ പ്രപഞ്ചത്തെ വ്യാഖ്യാനിക്കാനാണ് ശ്രമിച്ചിട്ടുള്ളത്, അവരുടെ കടമ ലോകത്തെ വ്യാഖ്യാനിക്കുക മാത്രമല്ല, മാറ്റി മറിക്കുക കൂടിയാണ്.

സമൂഹത്തിന്റെ വളർച്ചയിൽ ഒരു കാലത്ത് നിലനിന്നിരുന്ന സാഹചര്യമാണ് മതത്തെ സൃഷ്ടിച്ചതെന്ന് ചൂണ്ടിക്കാണിച്ചതിനുശേഷം മാർക്സ് പറഞ്ഞു:

"മതത്തെ സൃഷ്ടിച്ച സാമൂഹ്യ സാഹചര്യങ്ങൾക്കെതിരായ സമരമാണ് മതത്തിനെതിരായ സമരം." അതായത്, സാമൂഹ്യവും സാമ്പത്തികവും രാഷ്ട്രീയവുമായ രംഗങ്ങളിൽ നടക്കുന്ന സമരങ്ങളിൽനിന്ന് അകന്നു നിന്നുകൊണ്ട് മതസ്ഥാപനങ്ങൾക്കും ദൈവവിശ്വാസത്തിനും എതിരായി പോരാടുന്നതിനർഥമില്ല. മുൻകൊടുത്ത രണ്ടു വാചകങ്ങളിൽ സൂചിപ്പിച്ച "മാറ്റിമറിക്കൽ" "മതത്തെ സൃഷ്ടിച്ച സാഹചര്യത്തിനെതിരായ സമരം" "എന്നിവയ്ക്ക് കൂറെക്കൂടി പ്രായോഗികമായ രൂപം നൽകിക്കൊണ്ട് മാർക്സ് മറ്റൊരിടത്ത് പറയുന്നു;" ദർശനത്തിന്റെ കയ്യിലുള്ള ഭൗതികമായ ആയുധമാണ് തൊഴിലാളിവർഗം, തൊഴിലാളിവർഗത്തിന്റെ കയ്യിലുള്ള താത്വികായുധം ദർശനവുമാണ്.

3. ഈ മാർക്സിസ്റ്റ് കാഴ്ചപ്പാടനുസരിച്ച് കേരളമടക്കം ഇന്ത്യയിലാകമാനം യുക്തിവാദികൾ ചെയ്തിരുന്നതുപോലെ, മതസ്ഥാപനങ്ങൾക്കും ദൈവവിശ്വാസത്തിനുമെതിരായി പ്രചാരണവും പ്രക്ഷോഭസമരങ്ങളും നടത്തുകമാത്രം ചെയ്തതുകൊണ്ട് പ്രയോജനമില്ല. ആധുനിക ശാസ്ത്രത്തിന്റെ വിജ്ഞാനം സ്വായത്തമാക്കിക്കൊണ്ടും ഭരണവർഗങ്ങളുടെ തന്ത്രങ്ങളെയും അടവുകളെയും തോൽപ്പിക്കാനുള്ള കഴിവ് നേടിക്കൊണ്ടുമുള്ള ഒരു ബഹുജനപ്രസ്ഥാനം തൊഴിലാളിവർഗ നേതൃത്വത്തിൽ ഉയർന്നുവരണം. ഇതിന്റെ ത്വരിതമായ വളർച്ചയും സംഘടിതശക്തിയുമാണ് മത സ്ഥാപനങ്ങളുടെയും ദൈവവിശ്വാസത്തിന്റെയും ചങ്ങലക്കെട്ടിൽനിന്ന് ബഹുജനങ്ങളെ മോചിപ്പിക്കാനുള്ള മാർഗം.

4 "യുക്തിയേന്തി മനുഷ്യന്റെ ബുദ്ധിശക്തി ഖനി"ച്ചതിന്റെ ഫലമാണ് ദൈവവിശ്വാസവും നാസ്തികതയും രണ്ടും രൂപപ്പെട്ടിട്ടുള്ളത്. രണ്ടും സമൂഹത്തിന്റെ സൃഷ്ടിയാണ്. ആദ്യത്തേത് ഭരണക്കാരുടെ, രണ്ടാമത്തേത് ഭരണീയരുടെ. അപ്പോൾ ഭരണക്കാർക്കെതിരായി ഭരണിയർ നടത്തുന്ന വർഗസമരവുമായി ബന്ധപ്പെട്ടാണ്,"യുക്തിയേന്തി മനുഷ്യന്റെ ബുദ്ധിശക്തി ഖനിച്ചതിൽ നിന്നു കിട്ടിയ" രണ്ടാശയഗതികൾ തമ്മിലുള്ള സമരം നടക്കുന്നത്. ഇത് കാണാതെ ആശയരംഗത്തുമാത്രം

സമരം നടത്തുക, അവിടെ തെറ്റായ ആശയവുമായി ഒരിക്കലും സന്ധി ചെയ്യാതിരിക്കുക– ഇതാണ് യുക്തിവാദത്തിന്റെ മാർഗം. മാർക്സിസം–ലെനിനിസമാകട്ടെ, ഭരണക്കാർക്കെതിരായി ഭരണീയർ നടത്തുന്ന സമരത്തിന്റെ പക്ഷത്ത് നിൽക്കുകയും ഭരണീയരുടെ ഒരു സഹായശക്തിയെന്ന നിലയിൽ ഭരണക്കാർക്കെതിരെ ആശയസമരം നടത്തുകയും ചെയ്യുന്നു. തെറ്റായ ആശയഗതിയെ എതിർക്കുമ്പോൾതന്നെ അതുവെച്ചു പുലർത്തുന്ന ബഹുജനങ്ങളുമായി ആവശ്യമനുസരിച്ച് സന്ധിചെയ്യുന്നു.

5. ഇതനുസരിച്ച്, കേരളമടക്കം ഇന്ത്യയിലാകെ ഭരണക്കാർക്കെതിരായി ഭരണീയരുടെ സമരങ്ങൾ വളർത്തി അവരുടെ ഐക്യം ശക്തിപ്പെടുത്താനാണ് കഴിഞ്ഞ അര നൂറ്റാണ്ടുകാലത്ത് ആദ്യം കോൺഗ്രസ് സോഷ്യലിസ്റ്റ് പാർട്ടിയുടെയും പിന്നീട് കമ്യൂണിസ്റ്റ് പാർട്ടിയുടെയും കേരളത്തിലെ വിപ്ളവപ്രവർത്തകർ ശ്രമിച്ചിട്ടുള്ളത്. ഇതിന് ഫലമുണ്ടാവുകയും ചെയ്തു. തൊഴിലാളി വർഗനേതൃത്വത്തിൽ, തൊഴിലാളി കർഷകസമരസഖ്യത്തെ ആസ്പദമാക്കി ശക്തിയേറിയ ഒരു ബഹുജന പ്രസ്ഥാനം രൂപം കൊണ്ടു. അതിന്റെ നേതൃത്വത്തിലേക്ക് മാർക്സിസ്റ്റ്–ലെനിനിസ്റ്റുകാർ ഉയർന്നുവന്നു. അതിനെ നേരിടുന്നതിനുവേണ്ടി എന്ത് വൃത്തികേടും കാണിക്കാൻ ഭരണക്കാർക്ക് മടിയില്ല–ഇതാണ് ഇന്നത്തെ കേരളം. “പ്രപഞ്ചത്തെ വ്യാഖ്യാനിക്കുക മാത്രമല്ല, മാറ്റിമറിക്കുക” കൂടി ചെയ്യാനും ദർശനത്തിന്റെ ഭൗതികായുധമായി തൊഴിലാളിവർഗവും തൊഴിലാളിവർഗത്തിന്റെ താത്വികായുധമായി ദർശനവും രൂപപ്പെടുത്താനും അങ്ങനെ മതത്തിനെതിരായ സമരത്തെ മതവിശ്വാസം വളർത്താൻ ഇടയായ സാഹചര്യങ്ങൾക്കെതിരായ സമരമാക്കി മാറ്റാനും പ്രവർത്തിക്കുന്ന ഒരു രാഷ്ട്രീയ ശക്തി വളർന്നുവെന്നർഥം.

6. ഭഗത്സിങ്ങ് അടക്കം ഇന്ത്യയിലെ വിപ്ലവകാരികൾ സ്വയം മാറിക്കൊണ്ടിരുന്ന കാലത്താണ് കേരളത്തിൽ വിപ്ലവപ്രസ്ഥാനം രൂപംകൊണ്ടത്. ഒരു വശത്ത് ഗാന്ധിസത്തിനും മറുവശത്ത് സംഘടിത ബഹുജന പ്രസ്ഥാനങ്ങളിൽനിന്ന് അകന്നുനിന്നുകൊണ്ടുള്ള ബലപ്രയോഗത്തിനും എതിരായി സുദീർഘസമരം നടത്തിയിട്ടാണ് ഇവിടെ വിപ്ലവപ്രസ്ഥാനം വേരുറച്ചിട്ടുള്ളത്. അതിന്റെ വളർച്ചയിൽ തിരഞ്ഞെടുപ്പുകൾ, ഭൂരിപക്ഷം കിട്ടുമ്പോൾ ഗവൺമെന്റുകൾ രൂപീകരിക്കൽ മുതലായവയും ഉൾപ്പെടുന്നു. ആ മാർഗമംഗീകരിക്കാതെ നക്സൽ മാതൃകയിൽ ബഹിഷ്കരണനയം തുടർന്നിരുന്നുവെങ്കിൽ ഇന്ത്യയിലെ മാർക്സിസ്റ്റ്–ലെനിനിസ്റ്റുകാർ നക്സലൈറ്റുകാരെപ്പോലെ ഛിന്നഭിന്നമായിപോകുമായിരുന്നു. ഭഗത്സിങ്ങ് അടക്കം പഴയതലമുറയിലെ വിപ്ലവകാരികൾ പരീക്ഷിക്കുകയും അനുഭവത്തിന്റെ വെളിച്ചത്തിൽ ഉപേക്ഷിക്കുകയും ചെയ്ത മാർഗമാണ് ‘കുറെയൊക്കെ ശരി’യെന്ന് പലരും കരുതുന്ന നക്സൽ മാർഗം.

7. ഈയിടെ ആന്ധ്രയിൽ നടന്ന സംഭവമെടുക്കാം. കേന്ദ്രഭരണാധികാരികൾ രാമറാവുവിനെതിരായി ഇടപെട്ടു. എന്നാൽ, അതിനെതിരെ

രാജ്യവ്യാപകമായി പ്രക്ഷോഭം ഉയർന്നുവന്നു. അതിനുമുമ്പിൽ നിസഹായരായിത്തീർന്ന ഭരണക്കാർക്ക് മുമ്പോട്ടുവെച്ച കാൽ പിൻവലിക്കേണ്ടിവരികയും ചെയ്തു.

നക്സലൈറ്റുകാരുടെ മാർഗമാണ് മാർക്സിസ്റ്റ്-ലെനിനിസ്റ്റുകാർ അംഗീകരിച്ചിരുന്നതെങ്കിൽ ആന്ധ്രയിലെ കേന്ദ്ര നടപടികൾക്കെതിരായി ഇത്ര ശക്തിയായ ബഹുജനപ്രക്ഷോഭം വളരുമായിരുന്നില്ല, അതിന്റെ സമ്മർദ്ദം നിമിത്തം ഭരണകക്ഷികൾക്ക് പിൻതിരിയേണ്ടി വരുമായിരുന്നില്ല.

ചുരുക്കത്തിൽ, മാർക്സ് തൊട്ടുള്ള ലോകത്തിലെ തൊഴിലാളി വർഗവിപ്ലവകാരികൾ വിഭാവനം ചെയ്യുന്നതുപോലുള്ള ഒരു ബഹുജന വിപ്ലവപ്രസ്ഥാനം തൊഴിലാളിവർഗനേതൃത്വത്തിൽ കേരളമടക്കം ഇന്ത്യയിൽ വളർന്നുവരുന്നുണ്ടെന്നതാണ് സത്യം. അത് ഭരണക്കാരെ അങ്ങേയറ്റം അലോസരപ്പെടുത്തുന്നു. ഈ പുതിയ വിപ്ലവശക്തിക്കെതിരായി ആരെയെല്ലാം , ഏതെല്ലാം പ്രസ്ഥാനങ്ങളെ അണിനിരത്താമെന്ന് നോക്കുകയാണവർ. അവരുടെ ആ ശ്രമത്തിന് സ്വയം നിന്നുകൊടുക്കുന്ന രണ്ട് പ്രസ്ഥാനങ്ങളാണ് യുക്തിവാദവും, നക്സലിസവും. അവർക്കിരുവർക്കും കണ്ടുകൂടാത്ത ഒന്നാണ് ലോകവിപ്ലവ പ്രസ്ഥാനവുമായി സമ്പൂർണ്ണസഹകരണമേർപ്പെടുത്തിയും ഇന്ത്യൻ തൊഴിലാളി വർഗത്തിന്റെ കൂട്ടായ നേതൃത്വത്തിലും ഒരു സംഘടിത ബഹുജനവിപ്ലവപ്രസ്ഥാനത്തിന്റെ വളർച്ച. അതുകൊണ്ടാണവർ ബൂർഷ്വാ യുക്തിവാദത്തെയും ഇടതുപക്ഷ ബൂർഷ്വാരാഷ്ട്രീയത്തിന്റെ പാർലമെന്ററി മാർഗനിഷേധത്തെയും മാർക്സിസമായി വ്യാഖ്യാനിക്കുന്നത്. തൊഴിലാളിവർഗനേതൃത്വത്തിൽ വളരുന്ന ബഹുജനപ്രസ്ഥാനമെന്ന കേന്ദ്രപ്രശ്നത്തിന് കീഴ്പെടുത്തിക്കൊണ്ട്മാത്രം മതനിഷേധം, പാർലമെന്ററി പ്രവർത്തനത്തോടുള്ള എതിർപ്പ് എന്നിവയടങ്ങുന്ന മാർക്സിസം-ലെനിനിസത്തെ 'മാർക്സിസം നിഷേധി'ക്കലായി ചിത്രീകരിക്കുന്നു. അവരാണ് 'യഥാർഥ മാർക്സിസ്റ്റു'കാരെന്ന് ബൂർഷ്വാപ്രചാരണ മാധ്യമങ്ങൾ പറഞ്ഞുപരത്തുന്നു.

യുക്തിവാദത്തിൽനിന്ന് മാർക്സിസ നിഷേധത്തിലേക്ക്

1984-ന്റെ ആദ്യപകുതി ഇന്ത്യയിലെ ഇടതുപക്ഷ ജനാധിപത്യപ്രസ്ഥാനത്തെ സംബന്ധിച്ചിടത്തോളം അതിപ്രധാനമാണ്. ചരിത്രത്തെ രൂപപ്പെടുത്തുന്ന പല സംഭവങ്ങളും ഈ മാസങ്ങളിൽ നടക്കുകയുണ്ടായി.

ജനുവരി മധ്യത്തിൽ പതിനേഴ് അഖിലേന്ത്യാപാർട്ടികൾ കൽക്കത്തയിൽ സമ്മേളിച്ച് രാജ്യത്തെ നേരിടുന്ന പ്രധാന സാമ്പത്തികപ്രശ്നങ്ങളിലേക്ക് ജനങ്ങളുടെയും ഗവൺമെന്റിന്റെയും ശ്രദ്ധ തിരിക്കുകയും പരിഹാരം നിർദ്ദേശിക്കുകയും ചെയ്തുകൊണ്ടുള്ള ഒരു പ്രമേയം അംഗീകരിച്ചു. കോൺഗ്രസിതര ഗവൺമെന്റുകളിൽ ഏതെങ്കിലുമൊന്നി

നെതിരായി കേന്ദ്രഗവൺമെന്റോ ഭരണകക്ഷിയോ നടത്തുന്ന ഏതാക്രമണവും യോജിച്ചുനിന്നെതിർക്കുമെന്നും അവർ പ്രഖ്യാപിച്ചു. ഈ പ്രമേയങ്ങളുടെ അടിസ്ഥാനത്തിൽ ഫെബ്രുവരി 13 ന് ഒരു അഖിലേന്ത്യാദിനം ആചരിക്കുകയും ഏപ്രിൽ 17 ന് അഖിലേന്ത്യാകൺവെൻഷൻ സംഘടിപ്പിക്കുകയും ചെയ്തു.

ജൂലൈ 2 ന് ജമ്മു–കാശ്മീരിലെ തിരഞ്ഞെടുക്കപ്പെട്ട ഗവൺമെന്റിനെ പിരിച്ചുവിട്ട ഗവർണരുടെ നടപടിയിൽ പ്രതിഷേധിച്ചുകൊണ്ട് ഈ 17 പാർട്ടികൾ മാത്രമല്ല, മറ്റു പ്രതിപക്ഷപാർട്ടികളും പ്രസ്താവനകളിറക്കി. അതിന്റെ തുടർച്ച എന്ന നിലക്ക് ജൂലൈ 13 ന് 21 പ്രതിപക്ഷ പാർട്ടികൾ ചേർന്ന് കേന്ദ്രഗവൺമെന്റിന്റെ നടപടിയിൽ പ്രതിഷേധിച്ചുകൊണ്ട് ഒരു സംയുക്തപ്രമേയം പാസാക്കി.

പിരിച്ചുവിടപ്പെട്ട നാഷണൽ കോൺഫറൻസ് ഗവൺമെന്റിന്റെ നടപടികളോട് മാത്രമല്ല, ഇന്ത്യൻ ഭരണഘടനയിൽ കാശ്മീരിനുള്ള പ്രത്യേക പദവിയുടെ കാര്യത്തിൽപോലും രൂക്ഷമായ എതിർപ്പുള്ള ബി ജെ പി യുടെയും ലോക്ദളിന്റെയും നേതാക്കൾകൂടി ഇതിൽ പങ്കെടുത്തിരുന്നു. അബ്ദുള്ള ഗവൺമെന്റിനെ പിരിച്ചുവിട്ട കേന്ദ്രനയത്തോടുള്ള പ്രതിഷേധം മാത്രമാണ് അവരെ മറ്റു പ്രതിപക്ഷപാർട്ടികളോട് ഇണക്കിയത്.

ജൂലൈ 11 ന്റെ അഖിലകക്ഷി പ്രതിപക്ഷസമ്മേളനം ഏതാനും മാസങ്ങൾക്കകത്ത് നടക്കാനിരിക്കുന്ന ലോകസഭാതിരഞ്ഞെടുപ്പിനുള്ള മുന്നൊരുക്കങ്ങളുടെ മുന്നോടിയാണെന്ന് പലരും കരുതി. പക്ഷെ, അവർ കരുതുന്നതുപോലെ, സമഗ്രമായ പ്രതിപക്ഷഐക്യം വരാൻ പോകുന്നില്ലെന്ന് കാര്യവിവരമുള്ളവർക്കെല്ലാം അറിയാം. ജൂലൈ 11 ന്റെ സമ്മേളനം ആ പ്രശ്നം ചർച്ചചെയ്തതേയില്ല.

എങ്കിലും പ്രതിപക്ഷകക്ഷികളിൽപെട്ട ഇടതുപക്ഷക്കാർക്ക് ജനതയടക്കമുള്ള ഒട്ടേറെ പ്രതിപക്ഷകക്ഷികളുമായി അടുപ്പമുണ്ടെന്നത് സത്യമാണ്. അതിന്റെ സൂചനയാണ് മുമ്പുപറഞ്ഞ പതിനേഴ് കക്ഷികളുടെ കൽക്കത്താ സമ്മേളനവും തുടർന്നുള്ള നടപടികളും.

ഇക്കൂട്ടത്തിൽ ഇടതുപക്ഷകക്ഷികളും പവാർ പ്രസിഡന്റായുള്ള കോൺഗ്രസടക്കം മറ്റേതാനും കക്ഷികളും ചേർന്ന് ലോകരാഷ്ട്രീയം കൈകാര്യം ചെയ്യുന്ന ഒരു പ്രസ്ഥാനവും ഇതിനിടക്ക് രൂപപ്പെടുത്തിയിട്ടുണ്ട്. അമേരിക്കൻ സാമ്രാജ്യത്വത്തിന്റെ നേതൃത്വത്തിൽ സാമ്രാജ്യകോയ്മകൾ നടത്തുന്ന അണ്വായുധ യുദ്ധശ്രമങ്ങളും അതിൽനിന്ന് ഇന്ത്യയടക്കമുള്ള മൂന്നാംലോകരാജ്യങ്ങൾ നേരിടുന്ന അത്യാപൽക്കരമായ സ്ഥിതിവിശേഷങ്ങളും നേരിടുകയാണ് ഈ പ്രസ്ഥാനത്തിന്റെ ലക്ഷ്യം.

ഇക്കാര്യത്തിൽ ജനതയെപ്പോലുള്ള ചില പ്രതിപക്ഷകക്ഷികൾക്ക് യോജിപ്പില്ല. എങ്കിലും അണ്വായുധ യുദ്ധത്തിനെതിരായ പ്രസ്ഥാനം കൂടുതൽ ശക്തിപ്പെടുത്തുന്നതിന്റെ ആവശ്യം ലോകസഭാതിരഞ്ഞെടുപ്പ്

സംബന്ധിച്ച പ്രചാരണത്തിൽ ജനങ്ങളുടെ മുമ്പിൽ അവതരിപ്പിക്കാൻ ബന്ധപ്പെട്ട എട്ട് കക്ഷികൾ തീരുമാനിച്ചിട്ടുണ്ട്.

ചുരുക്കത്തിൽ, ഇന്ദിരാഗവൺമെന്റിന്റെ ജനാധിപത്യവിരുദ്ധനടപടികൾ, അതിന്റെ ഭാഗമായി ജനങ്ങൾക്കനുഭവിക്കേണ്ടി വരുന്ന സാമ്പത്തിക പ്രയാസങ്ങൾ, ഈ പ്രയാസങ്ങൾ നിമിത്തമുള്ള ജനകീയാസംതൃപ്തിയെ ശിഥിലീകരണ പ്രസ്ഥാനത്തിന്റെ വഴിയിലേക്ക് നയിക്കാൻ ശ്രമിക്കുന്ന പിന്തിരിപ്പൻ വർഗീയശക്തികൾ, അവരുടെ പ്രവർത്തനം നിമിത്തമുണ്ടാകുന്ന സ്ഫോടകാവസ്ഥ ഉപയോഗിച്ച് ഇവിടെ മേധാവിത്വം സ്ഥാപിക്കാൻ ശ്രമിക്കുന്ന സാമ്രാജ്യത്വശക്തികൾ-ഇവയ്ക്കെല്ലാമെതിരായി കഴിയുന്നിടത്തോളം വ്യാപകമായ ബഹുജനഐക്യം കെട്ടിപ്പടുക്കാൻ ഇടതുപക്ഷ കക്ഷികൾ ശ്രമിച്ചുകൊണ്ടിരിക്കയാണ്,

ഈ സംഭവവികാസം ഭരണകക്ഷിയെയും അതിന്റെ അനുഭാവികളെയും അങ്ങേയറ്റം അസ്വസ്ഥരാക്കുന്നുണ്ടെന്നതിൽ സംശയമില്ല. അതുകൊണ്ടാണ് ഈ വ്യാപകമായ ബഹുജനഐക്യം കെട്ടിപ്പടുക്കുന്നതിൽ സജീവവും ഫലപ്രദവുമായ പങ്കുവഹിക്കുന്ന കമ്യൂണിസ്റ്റുകാർക്കെതിരായി രൂക്ഷമായ ആക്രമണങ്ങൾ പല കേന്ദ്രങ്ങളിൽനിന്നും പല രൂപത്തിലായി അഴിച്ചുവിട്ടുകൊണ്ടിരിക്കുന്നത്.

1942-ൽ കമ്യൂണിസ്റ്റ് പാർട്ടി വഹിച്ച പങ്കിനെക്കുറിച്ച് പഴകിപ്പുളിച്ച ആരോപണങ്ങൾ വീണ്ടും പുറത്തെടുക്കാൻ ഒരു കുത്തകപ്പത്രം ശ്രമിച്ചത് നമുക്കറിയാമല്ലോ. ഇതൊരു ചെറിയ ഉദാഹരണം മാത്രമാണ്. ഇത്രതന്നെ പരസ്യമായി കമ്യൂണിസ്റ്റുവിരുദ്ധ നിലപാട് എടുക്കാതെ കമ്യൂണിസത്തെയും കമ്യൂണിസ്റ്റ്പാർട്ടികളെയും കരിതേച്ചുകാണിക്കാൻ മറ്റ് ശ്രമങ്ങളും നടക്കുന്നുണ്ട്. അവയിൽ ചിലതിന് ഇടതുപക്ഷത്തിലെയും മാർക്സിസത്തിന്റെപോലും പരിവേഷമണിയിക്കാൻ അത്തരം അക്രമങ്ങൾ സംഘടിപ്പിക്കുന്നവർ ശ്രദ്ധിക്കാറുണ്ട്.

കമ്യൂണിസ്റ്റ് സിദ്ധാന്തങ്ങൾ-മാർക്സിസം-ഉയർത്തിപ്പിടിക്കുന്നത് തങ്ങളാണ്, കമ്യൂണിസ്റ്റ് പാർട്ടികളല്ല, എന്നുവരുത്താനാണ് ഇക്കൂട്ടരുടെ ശ്രമം. അതിലൊരു വിഭാഗമാണ്-യുക്തിവാദി പ്രസ്ഥാനക്കാർ.

കേരളത്തിലെ യുക്തിവാദപ്രസ്ഥാനത്തിന് അഞ്ചാറ് പതിറ്റാണ്ടുകളോളം പഴക്കമുണ്ട്. തമിഴ്നാട്ടിലെ ഇ വി രാമസ്വാമി നായ്ക്കരാണ് തെക്കെ ഇന്ത്യയിൽ അതിന്റെ സ്ഥാപകനേതാവായി ഉയർന്നത്. അദ്ദേഹത്തിന്റെ നേതൃത്വത്തിൽ സഹോദരനയ്യപ്പൻ, എം സി ജോസഫ്, രാമവർമ്മതമ്പാൻ, എം പി വർക്കി മുതലായവർ ചേർന്ന് *യുക്തിവാദി* എന്ന മാസിക തുടങ്ങിയതോടെയാണ് കേരളത്തിൽ പ്രസ്ഥാനം വേരൂന്നിയതെന്ന് നേരത്തെ പറഞ്ഞുവല്ലോ?

അന്നത്തെ യുവതലമുറയിൽപ്പെട്ട നൂറുകണക്കിനാളുകൾ ആ പ്രസ്ഥാനത്തിന്റെ സ്വാധീനത്തിന് വിധേയമായി. ഇന്ത്യൻ രാഷ്ട്രീയത്തിൽ ഗാന്ധി, നെഹ്റു മുതലായവരുടെയെന്നപോലെ സാമൂഹ്യ-സാംസ്കാരിക രംഗങ്ങളിൽ രാമസ്വാമി നായ്ക്കരുടെയും സഹോദരനയ്യപ്പ

ന്റെയും മറ്റും നേതൃത്വം, ആ തലമുറയെ ആവേശം കൊള്ളിച്ചു. സാമൂഹ്യം, സാംസ്കാരികം, രാഷ്ട്രീയം, സാമ്പത്തികം എന്നീ രംഗങ്ങളിലെല്ലാം വിപ്ലവകാരികളുടേതായ സമീപനം അംഗീകരിക്കാൻ ആ തലമുറയെ ഇത് സഹായിച്ചു.

ഇതിനിടക്ക് സാർവലൗകികമായി ചരിത്രപ്രധാനമായ രണ്ട് സംഭവങ്ങൾ നടന്നു. 1929 മുതൽ മുതലാളിത്ത ലോകമാകെ ചരിത്രത്തിൽ അതേവരെ ഉണ്ടായിട്ടില്ലാത്തത്ര ആഴമേറിയ ഒരു സാമ്പത്തിക പ്രതിസന്ധിയിലൂടെ കടന്നുപോകാൻ തുടങ്ങി. ഇന്ത്യയടക്കം എല്ലാ രാജ്യങ്ങളെയും അത് അഗാധമായി ബാധിച്ചു. ഇതാണ് ഒരു വശമെങ്കിൽ മറുവശത്ത് സോഷ്യലിസ്റ്റ് സോവിയറ്റ് യൂണിയൻ ആഗോള സാമ്പത്തിക പ്രതിസന്ധിയിൽനിന്ന് വിമുക്തമായെന്ന് മാത്രമല്ല, ത്വരിതമായ സാമ്പത്തിക പുരോഗതി അദ്ഭുതാവഹമാംവിധം കൈവരിക്കുകയായിരുന്നു. ഇന്ത്യയെപ്പോലുള്ള പിന്നണി രാജ്യങ്ങൾക്കുപോലും അതിവേഗം മുന്നേറാൻ കഴിയുമെന്നതിന്റെ സൂചനയായിരുന്നു അത്. നെഹ്റുവിന്റെ ഇടതുപക്ഷ രാഷ്ട്രീയം, നായ്ക്കരുടെയും സഹോദരനയ്യപ്പനെപ്പോലുള്ളവരുടെയും സാമൂഹിക–സാംസ്കാരിക രംഗങ്ങളിലെ ഇടതുപക്ഷപ്രസ്ഥാനം മുതലായവയെ എല്ലാം കൂട്ടിയിണക്കാൻ സഹായിക്കുന്ന ഒരു ലോകരാഷ്ട്രീയമുണ്ടെന്ന് വ്യക്തമായി. അതിനെ നയിക്കുന്ന ആശയഗതി മാർക്സിസം–ലെനിനിസത്തിന്റേതാണെന്നും തെളിഞ്ഞു. അങ്ങനെയാണ് അമ്പതമ്പത്തഞ്ചുകൊല്ലംമുമ്പ് യുക്തിവാദികളായി തുടങ്ങിയ അന്നത്തെ യുവതലമുറ ദേശീയമെന്നപോലെ അന്തർദേശീയവുമായ രംഗത്ത് സർവതോമുഖമായ വിപ്ലവത്തിന്റെ കൊടി ഉയർത്തിപ്പിടിക്കുന്ന സോഷ്യലിസ്റ്റുകാരും കമ്യൂണിസ്റ്റുകാരുമായി മാറിയത്.

സോഷ്യലിസ്റ്റ്–കമ്യൂണിസ്റ്റ് പ്രസ്ഥാനത്തിൽ വരുന്നതിനുമുമ്പ് യുക്തിവാദികളെന്ന നിലക്ക് അവർക്കുണ്ടായിരുന്ന നിലപാടിൽ അതിപ്രധാനമായ ഒരു മാറ്റം ഇതോടെ വന്നു.

"യുക്തിയേന്തി മനുഷ്യന്റെ
ബുദ്ധിശക്തി ഖനിച്ചതിൽ....." എന്നതിലടങ്ങിയ ദാർശനികസമീപനം തെറ്റാണെന്ന് മാർക്സിസം–ലെനിനിസം സൈദ്ധാന്തികമായി പഠിക്കാൻ തുടങ്ങിയപ്പോൾ അവർക്ക് ബോധ്യപ്പെട്ടു. മേൽ കൊടുത്ത വരികളിൽ സൂചിപ്പിക്കുന്നത് വിജ്ഞാനരാശിയുടെ ഉറവിടം 'മനുഷ്യന്റെ ബുദ്ധിശക്തി'യിൽ നടക്കുന്ന യുക്തിപ്രയോഗമാണെന്നാണല്ലോ. ഇത് യഥാർഥത്തിൽ ആശയവാദത്തിന്റെ സമീപനമാണ്, ഭൗതികവാദത്തിന്റേതല്ല.

'തെറ്റായ'തെന്ന് യുക്തിവാദി കരുതുന്ന 'ആശയ'ങ്ങളെ 'ശരിയായ ആശയങ്ങൾ ഉപയോഗിച്ച്' പരാജയപ്പെടുത്തുക എന്നാണ് ഈ സമീപനത്തിന്റെ അർഥം.

യുക്തിവാദികൾ അടക്കം എല്ലാത്തരം ആശയവാദികളും ധരിക്കു

ന്നത് ആശയങ്ങൾ–തെറ്റായവയും ശരിയായവയും ഒരുപോലെ–സ്വതന്ത്രമായി നിൽക്കുന്നുവെന്നാണല്ലോ. അത് സത്യമല്ല, നിലവിലുള്ള സാമൂഹ്യവ്യവസ്ഥയുടെ സൃഷ്ടിയാണ് ആശയങ്ങൾ–തെറ്റായവയും ശരിയായവയും. ആ വ്യവസ്ഥക്കകത്ത് നിരന്തരം നടക്കുന്ന സംഘട്ടനങ്ങളുടെ സന്തതിയാണ് ആശയങ്ങൾ, ആദികാലം തൊട്ട് നിരന്തരമായി മനുഷ്യൻ പ്രകൃതിയുമായി നടത്തിപ്പോന്നിട്ടുള്ള പോരാട്ടം, അതിന്റെ ഫലമായി വളർന്നുവന്ന സമൂഹത്തിലെ വിവിധ വിഭാഗങ്ങളും വർഗങ്ങളും തമ്മിൽ നടക്കുന്ന സമരം–ഇവയുടെ സന്തതിയാണ് മതങ്ങൾ, സാഹിത്യകൃതികൾ, നൃത്തനാട്യാദികലകൾ, ദർശനങ്ങൾ മുതലായവയെല്ലാമടങ്ങുന്ന സാംസ്കാരിക ലോകം.

സഹസ്രാബ്ദങ്ങളിലൂടെ നടന്ന വളർച്ച നിമിത്തം പൗരാണിക കാലത്തെ 'വാനരൻ നരനായിത്തീർന്ന'തിന്റെ കഥ സംക്ഷിപ്തമായെങ്കിലും ഉജ്ജ്വലമായി എംഗൽസ് പറഞ്ഞിട്ടുണ്ട്. ഈ വളർച്ചയുടെ ഫലമായാണ് മതവിശ്വാസവും നിരീശ്വരത്വവും അടക്കമുള്ള എല്ലാ ആശയങ്ങളും രൂപം കൊണ്ടിട്ടുള്ളത്. മാർക്സിന്റെയും എംഗൽസിന്റെയും കൃതികൾ മുഴുവൻ ഈ പ്രപഞ്ചസത്യത്തിലേക്ക് വെളിച്ചം വീശുന്നു. അതുകൊണ്ടാണ് മാർക്സ് പ്രഖ്യാപിച്ചത്: "മതത്തിനെതിരായ സമരം മതത്തെ സൃഷ്ടിച്ച സാഹചര്യത്തിനെതിരായ സമരമാണ്."

ഈ വീക്ഷണവും അന്നത്തെ യുവതലമുറയുടെ യുക്തിവാദസമീപനത്തിൽ അതിപ്രധാനമായ ഒരു മാറ്റം വരുത്തി. രാമസ്വാമിനായ്ക്കരുടെയും സഹോദരനെപ്പോലുള്ളവരുടെയും നേതൃത്വത്തിൽ ആദ്യകാലത്ത് ചെയ്തിരുന്നതുപോലെ, അന്ധവിശ്വാസങ്ങളെ എതിർക്കുകയും യുക്തിവാദചിന്ത പ്രചരിപ്പിക്കുകയും മാത്രം ചെയ്യുന്നതുകൊണ്ട് പ്രയോജനമില്ല. മതവിശ്വാസികളെങ്കിലും നിലവിലുള്ള സാമൂഹ്യവ്യവസ്ഥക്കും ഭരണയന്ത്രത്തിനും എതിരായി പോരാടുന്ന ജനലക്ഷങ്ങളെ സാമ്പത്തികവും രാഷ്ട്രീയവും അടക്കം എല്ലാ രംഗത്തെയും അടിയന്തരാവശ്യങ്ങളെ ആസ്പദമാക്കി യോജിപ്പിച്ച് അണിനിരത്തുകകൂടി ചെയ്യണം. വിശ്വാസികളും അവിശ്വാസികളും ചേർന്നുകൊണ്ട് നടത്തുന്ന ഈ ബഹുജനസമരം വിജയിപ്പിക്കാൻവേണ്ടിയുള്ള പ്രായോഗിക പ്രവർത്തനത്തെ ആധുനികവിജ്ഞാനം–മാർക്സിസം–ലെനിനിസം–വ്യാപകമായി പ്രചരിപ്പിക്കുന്നതിനുള്ള ആശയരംഗപ്രവർത്തനവുമായി കൂട്ടിയിണക്കണം. അതിനാകട്ടെ, ആശയപ്രശ്നങ്ങളിൽ അഭിപ്രായ സ്ഥൈര്യമുള്ളവരും അതേസമയത്ത് ബഹുജനസമരങ്ങളിൽ അവിശ്വാസികളെക്കൂടി പങ്കെടുപ്പിക്കാൻ കഴിയുന്നവരുമായ മുന്നണിപ്രവർത്തകരെ സംഘടിപ്പിച്ച് സുശക്തമായ സുശിക്ഷിതമായ പ്രവർത്തനത്തിന്റെ രംഗത്തിറക്കണം.

ഈ കാഴ്ചപ്പാടോടെ അരനൂറ്റാണ്ടോളം കാലം പ്രവർത്തിക്കുന്നതിനിടക്ക് വിശ്വാസികളായ ബഹുജനങ്ങളോട് ഇണങ്ങി പ്രവർത്തിച്ച ഈ പ്രവർത്തകരുടെ തലമുറ അവിശ്വാസികളാണെന്നറിഞ്ഞിട്ടും

വിശ്വാസികളായ സാധാരണക്കാർ അവരെ തങ്ങളുടെ സുഹൃത്തുക്കളായി കണ്ടു. ബഹുജനങ്ങളുടെ വിശ്വാസങ്ങളെ ബഹുമാനിക്കുന്നതിനോടൊപ്പം തങ്ങളുടെ വിശ്വാസത്തിൽ ഉറച്ചു നിൽക്കുന്നവരാണെന്ന് അവർ സ്വയം തെളിയിച്ചു. ഈ പ്രവർത്തനത്തിന്റെ ഫലമാണ് ഇന്ന് നിലവിലിരിക്കുന്ന ഇടതുപക്ഷപാർട്ടികൾ, തൊഴിലാളി-കർഷകാദി ബഹുജനങ്ങളുടെ സമരസംഘടനകൾ, തിരഞ്ഞെടുപ്പടക്കമുള്ള പ്രശ്നങ്ങൾ കൈകാര്യം ചെയ്യുന്ന മുന്നണികൾ എന്നിവ. ഇതെല്ലാം ചേർന്ന സുസംഘടിത സാമൂഹ്യശക്തിയാണ് ആദ്യകാല യുക്തിവാദികളുടെ പരിവർത്തനത്തിന്റെ ഫലമായി നിലവിൽ വന്നത്.

ഇതിനിടക്ക് യുക്തിവാദപ്രസ്ഥാനത്തിനകത്തും ഒരു മാറ്റം വന്നിരിക്കുന്നു. ഇടമറുകിന്റെ ഭാഷയിൽ 'മതവുമായി സന്ധി ചെയ്തുപോകണ'മെന്ന് വാദിക്കുന്ന യാഥാസ്ഥിതിക യുക്തിവാദികളും വ്യക്തിജീവിതത്തിൽ എല്ലാ മതകർമങ്ങളോടും നിസഹകരിക്കണമെന്ന് വാദിക്കുന്ന സമരോത്സുകരായ യുക്തിവാദികളും തമ്മിൽ ശക്തിയായ ഏറ്റുമുട്ടൽ തുടങ്ങി. അതിൽ 'സമരോത്സുകരായ യുക്തിവാദികൾ' സ്വയം സംഘടിച്ച് അതിന്റേതായ പ്രവർത്തനം തുടങ്ങി. അതിന്റെ നേതാവാണ് ഇടമറുക്.

ഈ 'സമരോത്സുകരായ യുക്തിവാദി'കളുടെ കൂട്ടത്തിലേക്ക് മുമ്പ് യുക്തിവാദത്തിൽനിന്ന് മാർക്സിസത്തിലേക്ക് വന്ന പവനൻ കൂടി ചേർന്നു. അങ്ങനെ മുൻമാർക്സിസ്റ്റ് പവനന്റെയും ഇടമറുകിനെപ്പോലുള്ളവരുടെയും നേതൃത്വത്തിൽ, യുക്തിവാദ പ്രസ്ഥാനം പുനഃസംഘടിപ്പിക്കപ്പെട്ടു. ഈ പുതിയ പ്രസ്ഥാനത്തിന്റെ മുഖ്യ ആക്രമണലക്ഷ്യമാകട്ടെ, കമ്യൂണിസ്റ്റുകാരടക്കമുള്ള ഇടതുപക്ഷ രാഷ്ട്രീയക്കാരാണുതാനും.

കോൺഗ്രസിനെതിരായ ഐക്യമുന്നണിക്ക് രൂപം നൽകുന്നതിൽ മുൻനിന്നത് കമ്യൂണിസ്റ്റുകാരായിരുന്നു. അവർ നടത്തിയ പ്രവർത്തനത്തിന്റെ ഫലമായി മുസ്ലീംലീഗുകൂടി ഉൾക്കൊള്ളുന്ന ഒരു രാഷ്ട്രീയ കൂട്ടുകെട്ട് കേരളത്തിൽ രൂപംകൊണ്ടു. 'മതവുമായി ഒരിക്കലും സഹകരിക്കുകയി'ല്ലെന്ന് പ്രതിജ്ഞയെടുത്ത പവനനും ഇടമറുകും ചേർന്ന് ഇടതുപക്ഷ പാർട്ടികൾ നടപ്പിലാക്കിക്കൊണ്ടിരുന്ന ഈ രാഷ്ട്രീയത്തെ ശക്തിയുക്തം എതിർക്കാൻ തുടങ്ങി. ഇടതുപക്ഷ രാഷ്ട്രീയക്കാർ മാർക്സിസം ബലികഴിച്ചിരിക്കുകയാണെന്നും ജാതി-മത രാഷ്ട്രീയത്തിന് ശക്തികൂടുകയാണെന്നുമുള്ള പ്രചാരണം അവർ അഴിച്ചുവിട്ടു. യുക്തിവാദികളായ തങ്ങളാണ് മാർക്സിസത്തിൽ അടിയുറച്ച് നിൽക്കുന്നത് എന്നുവരെ അവർ തട്ടിവിട്ടു.

രാഷ്ട്രീയരംഗത്ത് നക്സൽ ഗ്രൂപ്പുകാരെന്നപോലെ സാംസ്കാരികരംഗത്ത് ഇവരും മാർക്സിസത്തിന്റെ പേരിലാണ് ഈ ആക്രമണം നടത്തിയതെന്നതിനാൽ മാർക്സിസത്തോട് ചായ്വുള്ള ചെറുപ്പക്കാരിൽ ഒരു വിഭാഗം ഈ വാദഗതിയിൽ ആകൃഷ്ടരായി അങ്ങോട്ടുപോയി.

കമ്യൂണിസ്റ്റുകാർ മുസ്ലീംലീഗുമായി രാഷ്ട്രീയ കൂട്ടുകെട്ടുണ്ടാക്കിയിരുന്നില്ലെങ്കിൽ, ജാതി–മതരാഷ്ട്രീയത്തിന് ഇവിടെ സ്വാധീനമുണ്ടാകുമായിരുന്നില്ലെന്നാണ് അവർ പറഞ്ഞുപരത്തിയത്. കമ്യൂണിസ്റ്റ് (മാർക്സിസ്റ്റ്) പാർട്ടി അടക്കമുള്ള ഇടതുപക്ഷക്കാരുടെ 'റിവിഷനിസം' നിമിത്തമാണ് ഇന്ത്യയിൽ വിപ്ലവം നടക്കാത്തതെന്ന നക്സലുകാരുടെ വാദത്തിന്റെ മറ്റൊരു രൂപം.

ജാതി–മത രാഷ്ട്രീയത്തിന് നമ്മുടെ നാട്ടിൽ സ്വാധീനമുണ്ടാവാനുള്ള കാരണം, അതിന്റെ പരിഹാരമാർഗം എന്നിവയെസംബന്ധിച്ച് വൈരുധ്യാത്മകവും ചരിത്രപരവുമായ ഭൗതികവാദത്തിന്റെയും ആശയവാദത്തിന്റെ ഒരു രൂപമായ യുക്തിവാദത്തിന്റെയും വീക്ഷണങ്ങൾ തമ്മിലുള്ള വ്യത്യാസമാണ് ഇവിടെ പ്രകടമാവുന്നത്. “മതത്തിനെതിരായ സമരം മതത്തെ സൃഷ്ടിച്ച സാഹചര്യങ്ങൾക്കെതിരായ സമരമാണ്” എന്ന മാർക്സിന്റെ അഭിപ്രായമനുസരിച്ച് മതത്തെ സൃഷ്ടിക്കുകയും നിലനിർത്തുകയും ചെയ്യുന്ന സാമൂഹ്യ–രാഷ്ട്രീയ സാഹചര്യങ്ങൾക്കെതിരായ സമരത്തിലാണ് ഇടതുപക്ഷരാഷ്ട്രീയക്കാർ ഊന്നിനിൽക്കുന്നത്. സാമൂഹ്യ–രാഷ്ട്രീയ സാഹചര്യങ്ങൾക്കെതിരായ ഈ സമരത്തിന്റെ വിജയത്തിന് ആവശ്യമായേടത്തോളം സന്ധി മതവിശ്വാസികളായ ബഹുജനങ്ങളുമായി അവർ ചെയ്യുന്നു. അധ്വാനിക്കുന്ന ബഹുജനങ്ങളിൽ ബഹുഭൂരിപക്ഷം വരുന്ന മതവിശ്വാസികളും അവിശ്വാസികളും ചേർന്ന് ചൂഷകവർഗങ്ങൾക്കും അവരുടെ ഗവൺമെന്റിനുമെതിരായി ഉറച്ചുനിന്ന് പോരാടാൻ അവർ ജനങ്ങളെ ഒരുക്കുന്നു. അതിന്റെ വിവിധ രൂപങ്ങളാണ് ട്രേഡ് യൂണിയനടക്കമുള്ള ബഹുജന സംഘടനകൾ, തിരഞ്ഞെടുപ്പിനും മറ്റും വേണ്ടിയുണ്ടാക്കുന്ന ഐക്യമുന്നണികൾ മുതലായവ.

ഈ പ്രവർത്തനത്തിന്റെ ഭാഗമായിത്തന്നെ, മതവിശ്വാസങ്ങൾക്കെതിരായ ശാസ്ത്രീയ സോഷ്യലിസത്തിന്റെ ഭൗതികവാദ സമീപനം ജനങ്ങളിലുണ്ടാക്കാൻ കമ്യൂണിസ്റ്റുകാർ ശ്രമിക്കുന്നു. ഈ രണ്ടുതരം പ്രവർത്തനങ്ങളുടെയും കൂട്ടായ ഫലം എന്ന നിലക്ക് ശാസ്ത്രീയ ചിന്താഗതിയും പ്രായോഗിക സമരങ്ങൾക്ക് ഊന്നൽ കൊടുത്തുകൊണ്ടുള്ള ജനലക്ഷങ്ങളുടെ സംഘടനയും രൂപംകൊള്ളുന്നു. അവിശ്വാസികളാണെന്ന് വെട്ടിത്തുറന്ന് പറയുന്ന കമ്യൂണിസ്റ്റുകാരുമായി സഹകരിക്കാനും അവരുമായി ആശയക്കൈമാറ്റം നടത്താനുമുള്ള സന്നദ്ധത മതവിശ്വാസികളായ ജനലക്ഷങ്ങളിൽ വളർന്നുവരുന്നു. അവർകൂടി ഉൾക്കൊള്ളുന്ന ഒരു സുശക്ത ബഹുജനസമരനിര ഉയർന്നുവന്നു.

നേരെമറിച്ച്, മതവിശ്വാസങ്ങളുമായി ഒരു തരത്തിലും സന്ധിചെയ്യാത്ത സമരോത്സുകരായ യുക്തിവാദികൾ കൈവിരലിലെണ്ണാവുന്ന കൊച്ചുഗ്രൂപ്പുകളായി അതാതിടത്ത് തുടരുന്നു. ബൂർഷ്വാ–ഭൂപ്രഭുഭരണവർഗങ്ങൾക്ക് എളുപ്പത്തിൽ ഉപയോഗിക്കാവുന്ന കമ്യൂണിസ്റ്റ് വിരുദ്ധ ആയുധങ്ങളായി അവർ സ്വയം മാറുന്നു.

സമരോത്സുക യുക്തിവാദികളുടെ ഈ പ്രവർത്തനത്തിന്റെ രണ്ടുദാഹരണങ്ങൾ കഴിഞ്ഞ ഏതാനും വർഷങ്ങൾക്കിടക്ക് കേരളം കാണുകയുണ്ടായി. ഗുരുവായൂർക്ഷേത്രത്തിൽ സ്വർണകൊടിമരം സ്ഥാപിക്കുന്ന അവസരത്തിൽ അതിനെതിരായും പിന്നീട് പാഞ്ഞാളിൽ അതിരാത്രം നടന്നപ്പോൾ അതിനെതിരായും യുക്തിവാദികൾ നടത്തിയ പിക്കറ്റിങ്ങിനെയാണ് ഇവിടെ സൂചിപ്പിക്കുന്നത്. സമരോത്സുകതയുടെ ഉദാഹരണങ്ങളാണ് അവ എന്ന് സമ്മതിക്കാം. പക്ഷെ, ആ രണ്ട് പ്രകടനങ്ങൾകൊണ്ട് എന്ത് ഫലമുണ്ടായി? ഗുരുവായൂരിലെ ഭക്തജനങ്ങളിലും അതിരാത്രത്താൽ ആകർഷിക്കപ്പെട്ടവരിലും ഒരു കൊച്ചു ചലനമെങ്കിലും ഉണ്ടാക്കാൻ ഈ പിക്കറ്റിങ്ങുകൾ സഹായിച്ചുവോ? അതേവരെ മതവിശ്വാസികളായിരുന്നവരിൽ ഒരു ചെറുവിഭാഗമെങ്കിലും മതവിശ്വാസത്തിൽനിന്ന് മുക്തി നേടിയോ?

നേരെമറിച്ച്, ഇടതുപക്ഷ രാഷ്ട്രീയക്കാരെ നോക്കുക. ഒന്നുരണ്ട് വർഷങ്ങൾക്കിടക്ക് വിശാലഹിന്ദുസമ്മേളനം, അതിന്റെ അഹിന്ദുരൂപങ്ങൾ എന്നിവ ചേർന്ന് നിലക്കലും മറ്റും പ്രക്ഷുബ്ധാവസ്ഥ സൃഷ്ടിക്കുകയുണ്ടായല്ലോ. അന്നതിനെ ഫലപ്രദമായി നേരിട്ട്, മതവിശ്വാസത്തെ ആസ്പദമാക്കി ജനങ്ങളെ തമ്മിലടിപ്പിക്കുന്ന പ്രക്ഷോഭങ്ങൾക്കെതിരായി ജനലക്ഷങ്ങളെ സംഘടിപ്പിച്ചത് “മതവിശ്വാസികളുമായി സന്ധിയുണ്ടാക്കുന്ന” ഇടതുപക്ഷ രാഷ്ട്രീയക്കാരല്ലെ? ഈയിടെ ശരിഅത്തിന്റെ പേരിൽ ജനതയെ ഇളക്കിവിടാൻ ശ്രമിച്ച മുസ്ലീം യാഥാസ്ഥിതികർക്കെതിരായി ആ സമുദായത്തിലെതന്നെ സ്ത്രീകളെയും പുരോഗമനേച്ഛുക്കളായ പുരുഷൻമാരെയും അണിനിരത്തിയതും ഇടതുപക്ഷ രാഷ്ട്രീയക്കാരല്ലെ? മതവുമായി സന്ധിചെയ്തവരെന്ന് പവനനും ഇടമറുകും ആരോപിക്കുന്ന ഇടതുപക്ഷ രാഷ്ട്രീയക്കാർ രംഗത്തിറങ്ങിയിരുന്നെങ്കിൽ ഹൈന്ദവവും ഇസ്ലാമികവും ക്രിസ്തീയവുമായ വർഗീയതയെ എതിർക്കാൻ യുക്തിവാദികൾക്ക് കഴിയുമായിരുന്നുവോ?

മതവും മതവിശ്വാസികളുമായി ഒരു തരത്തിലും സന്ധി ചെയ്തുകൂടെന്ന പവനന്റെയും ഇടമറുകിന്റെയും വാശി പൊതുശത്രുവിനെതിരായി ഐക്യം കെട്ടിപ്പടുക്കാൻ ശ്രമിക്കുന്ന ഇടതുപക്ഷ രാഷ്ട്രീയത്തിനെതിരായ ആക്രമണമാണ്. സമരത്തിൽ അവിശ്വാസികളോടൊപ്പം വിശ്വാസികളെയും ചേർത്ത് ചൂഷകവർഗങ്ങൾക്കും ഗവൺമെന്റിനും എതിരായി പോരാടുമ്പോൾ വ്യക്തമായി ചില കാര്യങ്ങൾക്കുവേണ്ടി മതവുമായി സന്ധിചെയ്യാൻ ഇടതുപക്ഷ രാഷ്ട്രീയക്കാർ ബാധ്യസ്ഥരാണ്. അതേ അവസരത്തിൽ മതവിശ്വാസത്തിനും അതിന്റേതായ അനാചാരങ്ങൾക്കും എതിരെ ആശയപരമായും പ്രായോഗികമായും നിരന്തരം സമരം നടത്തുക, ആധുനിക സയൻസിന്റെ വിജ്ഞാനം ജനങ്ങൾക്ക് പകർന്നുകൊടുക്കുക മുതലായത് ചെയ്യാൻ അവർക്ക് കടമയുണ്ട്. അതാണ് കമ്യൂണിസ്റ്റ് (മാർക്സിസ്റ്റ്) പാർട്ടി അടക്കമുള്ള ഇടതുപക്ഷ രാഷ്ട്രീയക്കാർ ചെയ്യുന്നത്.

ഈ പ്രവർത്തനത്തിന്റെ ഫലമായി ഉയർന്നുവന്നിട്ടുള്ള ബഹുജന ഐക്യത്തിൽ വ്യക്തമായ രണ്ട് വശങ്ങളുണ്ട്. നിലവിലുള്ള സാമൂഹ്യ-രാഷ്ട്രീയ വ്യവസ്ഥകൾക്കെതിരായി അവിശ്വാസികളായ ബഹുഭൂരിപക്ഷമടക്കം വ്യാപകമായി ഒര ബഹുജനസമരനിര കെട്ടിപ്പടുക്കലാണ് അതിലൊരു വശം. ആ സമരനിരയിൽപെട്ട ജനങ്ങളിൽനിന്ന് ഏറ്റവുമധികം രാഷ്ട്രീയബോധമുള്ള ഒരു ചെറുവിഭാഗത്തെ മതത്തെ സൃഷ്ടിച്ച സാഹചര്യങ്ങൾക്കെതിരായ സമരത്തിലൂടെ മതത്തിനെതിരായ സമരം നടത്തുന്ന ഒരു മുന്നണി വിഭാഗമാക്കി വളർത്തുകയാണ് രണ്ടാംവശം. ഈ രണ്ടുവശങ്ങളും ചേർന്ന് സുശക്തമായ ഒരു വിപ്ലവപ്രസ്ഥാനം പടുത്തുയർത്തി അതിനെ പടിപടിയായി മുന്നോട്ട് നയിക്കുകയെന്ന പ്രായോഗിക വിപ്ലവമാർഗത്തിനുനേരെയാണ് പവനനെയും ഇടമറുകിനെയും പോലുള്ളവർ വാൾ ഉയർത്തിയിട്ടുള്ളത്.

അവസാനം കമ്യൂണിസ്റ്റ് വിരുദ്ധ ചേരിയിലേക്കും

"സഖാവിന്റെ അടിയന്തര ശ്രദ്ധ പതിയേണ്ട പലകാര്യങ്ങളും ഉണ്ടെന്നും യുക്തമായ മറുപടി പ്രതീക്ഷിക്കുന്നു എന്നും പറഞ്ഞുകൊണ്ട് ഒരു കത്തോടുകൂടി ഒരു പുസ്തകം ഈയിടെ കിട്ടുകയുണ്ടായി. ഇന്ത്യൻ എത്തീസ്റ്റ് പബ്ലിഷേഴ്സ് പ്രസിദ്ധീകരിച്ച ശ്രീ പവനന്റെ *യുക്തിവിചാരം* എന്ന പുസ്തകമായിരുന്നു അത്. പുസ്തകത്തിൽ ശ്രദ്ധേയമായ നാലു കാര്യങ്ങൾ ഉണ്ട്.

1 പുസ്തകത്തിന്റെ ആദ്യം തന്നെ ഗ്രന്ഥകർത്താവിന്റെ ഒരു ലഘു ജീവചരിത്രക്കുറിപ്പുണ്ട്. അതിൽ സാഹിത്യകാരനും പത്രപ്രവർത്തകനുമായി പവനൻ കമ്യൂണിസ്റ്റ് പാർട്ടിയുടെ പ്രമുഖ പത്രമായ *ദേശാഭിമാനി*യിൽ പ്രവർത്തിച്ചത്, "പാർട്ടിയിൽ പിളർപ്പുണ്ടായതിനെ തുടർന്ന് *ദേശാഭിമാനി*യിൽ നിന്ന് പുറത്താക്കപ്പെട്ടത്, പിന്നീട് സി.പി.ഐ യുടെ *നവയുഗം* വാരികയിൽ സഹ പത്രാധിപരായി പ്രവർത്തിച്ചത്-ഇതെല്ലാം എടുത്ത് പറയുന്നുണ്ട്. ഇന്നദ്ദേഹം ഒരു കമ്യൂണിസ്റ്റ് പാർട്ടിയിലുമില്ല. ഇന്ത്യൻ യുക്തിവാദി സംഘത്തിന്റെ വൈസ് പ്രസിഡന്റും കേരള ശാഖയുടെ പ്രസിഡന്റുമായി പ്രവർത്തിക്കുകയാണ്.

2 ഇങ്ങനെ കമ്യൂണിസ്റ്റ് പാർട്ടിയിൽ കുറേക്കാലം പ്രവർത്തിച്ചു, പിളർപ്പിനെ തുടർന്ന് സി.പി.ഐ യിൽ പോയി, അവസാനം യുക്തിവാദി സംഘത്തിൽ അഭയം കണ്ടെത്തിയ പവനനുള്ള ഗുണം സനൽ ഇടമറുക് എഴുതിയ പ്രസാധകക്കുറിപ്പ് ഇങ്ങനെ വ്യക്തമാക്കുന്നു: "ഈ ഗ്രന്ഥത്തിന്റെ അവസാനലേഖനമായി കൊടുത്ത ഇ എം എസും യുക്തിവാദവും" എന്ന ലേഖനം യുക്തിവാദ ചിന്താപദ്ധതിയിൽ ഇക്കഴിഞ്ഞ ദശകംകൊണ്ട് പവനനുണ്ടായ ഗുണപരമായ വളർച്ചയെ സൂചിപ്പിക്കുന്ന ലേഖനമാണ്. ഇതുപോലെതന്നെ പ്രധാനമാണ് ഈ ഗ്രന്ഥത്തിലെ "മാർക്സിസവും യുക്തിവാദവും" എന്ന ലേഖനമെന്നും പ്രസാധകക്കുറിപ്പ് അഭിപ്രായപ്പെടുന്നു.

എന്താണ് ഈ രണ്ടു ലേഖനങ്ങൾക്കുമുള്ള പ്രാധാന്യമെന്ന് പ്രസാധകക്കുറിപ്പ് തുടർന്നു ചൂണ്ടിക്കാണിക്കുന്നു: "യുക്തിവാദം എല്ലാ കാലഘട്ടത്തിലും എല്ലാ ദർശനങ്ങൾക്കും അതീതമായി നിന്ന ഒരു സ്വതന്ത്ര ചിന്താ പദ്ധതിയാണ്. നിർഭാഗ്യകരമെന്നു പറയട്ടെ, ചില സങ്കുചിതവാദികൾ വൈരുധ്യാത്മക ഭൗതികവാദം, മാർക്സിസം തുടങ്ങിയ നൂറ്റാണ്ടു പഴക്കമുള്ള കുറ്റികളിൽ യുക്തിവാദത്തെ തളച്ചിടാനുള്ള വിഫലശ്രമത്തിലാണ്. മേൽപ്പറഞ്ഞ ദർശനങ്ങളെ നിഷേധിക്കാറില്ലെങ്കിലും ഈ തെറ്റായ പ്രവണതക്കെതിരെ ധീരമായി ചെറുത്തുനിൽക്കാനുള്ള ചങ്കുറപ്പ് പവനൻ കാണിക്കാറുണ്ട്.

അതായത്, വൈരുധ്യാത്മക ഭൗതികവാദം, മാർക്സിസം എന്നിവ സങ്കുചിതവാദമാണ്. അതിനെതിരെ പോരാടുന്ന പ്രസ്ഥാനമാണ് യുക്തിവാദം. ഈ 'സങ്കുചിതവാദ'ത്തിനെതിരെ ധീരമായി ചെറുത്തുനിൽക്കുന്ന ഒരാളാണ് പവനൻ; എങ്കിലും അദ്ദേഹം അതിനെ നിഷേധിക്കുന്നില്ല.

ഒറ്റ വാചകത്തിൽ പറഞ്ഞാൽ, ഒരുകാലത്ത് മാർക്സിസ്റ്റായിരുന്ന പവനൻ ഇന്നു മാർക്സിസത്തിനെതിരായി ധീരമായി ചെറുത്തുനിൽക്കാനുള്ള ചങ്കുറപ്പ് കാണിക്കുന്നുണ്ടെങ്കിലും മാർക്സിസ്റ്റ് ദർശനത്തെ നിഷേധിക്കാനുള്ള 'ചങ്കുറപ്പ്' ഇനിയും കാട്ടിയിട്ടില്ല.

3 പ്രസാധകക്കുറിപ്പിലെ ഈ വിലയിരുത്തൽ ശരിയാണെന്നു തെളിയിക്കുന്ന ഒരു ലേഖനം ഈ ഗ്രന്ഥത്തിലുണ്ട്! "മാർക്സിസവും യുക്തിവിചാരവും." പവനന്റെയും ഇടമറുക് അടക്കമുള്ള മറ്റ് യുക്തിവാദികളുടെയും എല്ലാ ലേഖനങ്ങളിലുമെന്നപോലെ ഇതിലും ആക്രമണലക്ഷ്യം കമ്യൂണിസ്റ്റുകാരാണ്.

വൈരുധ്യാത്മകവും ചരിത്രപരവുമായ ഭൗതികവാദമെന്ന അടിസ്ഥാന മാർക്സിസ്റ്റ് സിദ്ധാന്തത്തിൽനിന്നു കേരളത്തിലെ കമ്യൂണിസ്റ്റുകാർ പലപ്പോഴും വ്യതിചലിച്ചിട്ടുണ്ടെന്നാണ് അവരുടെ വിമർശനമെങ്കിൽ അതു മനസിലാക്കാം. കമ്യൂണിസ്റ്റ് (മാർക്സിസ്റ്റ്) പാർട്ടി നിരന്തരം നടത്തുന്ന വിമർശനങ്ങളിലും സ്വയം വിമർശനങ്ങളിലും ഇതും ഒരു പ്രശ്നമാവാറുണ്ട്. അങ്ങനെയാവുകയും വേണം. പക്ഷെ, പവനൻ അവിടെ നിർത്തുന്നില്ല. അദ്ദേഹത്തിന്റെ അഭിപ്രായം കേൾക്കുക: "ഇന്ത്യയിലെ ഏറ്റവും വലിയ ബഹുജനനേതാവായിരുന്നു ജവഹർലാൽ നെഹ്റു എന്ന കാര്യത്തിൽ ആരും തർക്കിക്കുകയില്ല. അദ്ദേഹം ഒരിക്കലും ജനങ്ങളുടെ മാനസികമായ പിന്നോക്കാവസ്ഥയെ നിലനിർത്താനോ വളർത്താനോ ശ്രമിച്ചിട്ടില്ല. ഒരു ഉത്സവക്കമ്മിറ്റിയുടെയും അധ്യക്ഷനായിട്ടില്ല. ഇന്ത്യയിലെ ബഹുഭൂരിപക്ഷം ജനങ്ങളും ഈശ്വരവിശ്വാസികളാണെന്ന് അറിയാത്ത ഒരാളുമായിരുന്നില്ല. എന്നിട്ടും അദ്ദേഹം ക്ഷേത്രങ്ങളിൽപോയി ആരാധന നടത്തിയില്ല. മാത്രമല്ല താൻ ദൈവവിശ്വാസിയല്ലെന്ന് തുറന്നടിച്ചു പറയുകയും അതുപ്രകാരം പ്രവർത്തിക്കുകയും ചെയ്തു." (പേജ് 78,79)

ഇനി നെഹ്റുവിന്റെ ജീവചരിത്രകാരനായ ഡോക്ടർ സർവേപ്പള്ളി ഗോപാൽ എന്തുപറഞ്ഞു എന്നു നോക്കുക. 1957–59 കാലത്ത് കേരളത്തിലെ കമ്യൂണിസ്റ്റ് ഗവൺമെന്റിന്റെ നിലനിൽപ്പും പ്രവർത്തനവും നെഹ്റുവിനെ അസ്വസ്ഥനാക്കി. അതോടൊപ്പംതന്നെ സോവിയറ്റ് യൂണിയൻ, ഹംഗറി എന്നീ സോഷ്യലിസ്റ്റ് രാജ്യങ്ങളിൽ നടക്കുന്ന സംഭവങ്ങളും അദ്ദേഹത്തെ ദുഃഖിപ്പിച്ചു. ഇതെല്ലാം സംബന്ധിച്ച് 1958 വേനൽകാലത്ത് വിശ്രമിച്ചുകൊണ്ടിരിക്കുമ്പോൾ അദ്ദേഹം ഒരു പുനരവലോകനം നടത്തി. ഡോക്ടർ ഗോപാൽ തുടർന്നു:

"ഈ ചിന്താഗതി നെഹ്റുവിനെ അഭൗമികവാദ (മെറ്റാഫിസിക്സ്) ത്തിലേക്ക് നയിച്ചു. അദ്ദേഹം സാധാരണ ഈ ചിന്താഗതിയെ നിരാകരിക്കുകയാണ് പതിവ്. എന്നാലിപ്പോൾ അദ്ദേഹം അതിനോട് ആകൃഷ്ടനായി. ബാഹ്യപ്രപഞ്ചത്തിനടിയിൽ മൗലികമായ മറ്റെന്തോ ഉണ്ടെന്ന അടിസ്ഥാനത്തിൽ അതിനെക്കുറിച്ചുള്ള അന്വേഷണത്തിലേർപ്പെടാൻ സന്നദ്ധനായി. വേദാന്തവീക്ഷണത്തിൽ പ്രപഞ്ചത്തിലാകെ ദൈവികശക്തിയുടെ ഒരംശമുണ്ടെന്നും അതിന്റെ സഹായത്തോടെ ജാതി–വർഗാദി സങ്കുചിതത്വത്തെ അതിജീവിക്കാൻ കഴിയുമെന്നുമുള്ള വിശ്വാസത്തിൽ അദ്ദേഹം ചെന്നെത്തി." 1958 ആഗസ്ത് 15 ന്റെ എ ഐ സി സി പ്രസിദ്ധീകരണത്തിനുവേണ്ടി അദ്ദേഹം എഴുതിയ ലേഖനത്തിൽനിന്നു ഡോക്ടർ ഗോപാൽ താഴെകൊടുക്കുന്ന വാചകം ഉദ്ധരിക്കുന്നു.

"പ്രപഞ്ചത്തിലുള്ള എല്ലാത്തിന്റെയും അടിയിലുള്ള ജീവശക്തിയെന്ന വൈദാന്തിക ലക്ഷ്യം നാം നമ്മുടെ മുമ്പിൽവെക്കേണ്ടിയിരിക്കുന്നു." (*നെഹ്റുവിന്റെ ഇംഗ്ലീഷിലുള്ള ജീവചരിത്രം* വാല്യം 3, പേജ് 62)

തുടർന്ന് ഡോക്ടർ ഗോപാൽ പ്രകടിപ്പിക്കുന്ന അദ്ദേഹത്തിന്റെ വ്യക്തിപരമായ അഭിപ്രായം ശ്രദ്ധേയമാണ്. "ഇതൊരു പുതിയ നെഹ്റുവായിരുന്നു. അല്ലെങ്കിൽ മുമ്പത്തെ (1920 കളിലെ) നെഹ്റുവിലേക്കുള്ള തിരിച്ചുപോക്ക്. യുക്തിവാദ ചിന്താഗതി തൊട്ടു തെറിക്കാതെ പരമ്പരാഗതമായ ജീവിതത്തിനും ചിന്താഗതിക്കും അടിപ്പെട്ടു കഴിയുന്ന ഹിന്ദു; ചോദ്യം ചെയ്യാതെ ഗാന്ധിയെ ആരാധിക്കുന്ന ഒരാൾ; തന്റെ ഗുരുവിന്റെ ദർശനവും പ്രവർത്തനമാർഗ്ഗങ്ങളും ബോൾഷെവിസത്തെയും ഫാസിസത്തെയും അപേക്ഷിച്ച് കൂടുതൽ മെച്ചപ്പെട്ടതാണെന്ന് വിശ്വസിക്കുന്ന ഒരാൾ; ഇപ്പോഴും അദ്ദേഹം ഒരു സോഷ്യലിസ്റ്റ് തന്നെ. പക്ഷെ, തന്റെ ഇടതുപക്ഷ ചിന്താഗതികളെ പരിഷ്കൃത രൂപത്തിലുള്ള മതവിശ്വാസത്തോട് അദ്ദേഹം ഇണക്കിയിരിക്കുന്നു." (പേജ് 62)

ഈ നെഹ്റുവാണ് പവനന്റെ 'മാതൃകാ യുക്തിവാദി'. അദ്ദേഹത്തെ ആരാധിക്കുകയും അനുസരിക്കുകയും ചെയ്യുന്നതിൽ പവനനോടൊപ്പം നിൽക്കില്ലെന്നതാണ് കേരളത്തിലെ മാർക്സിസ്റ്റുകാരെ സംബന്ധിച്ച് അദ്ദേഹത്തിനുള്ള പരാതി.

നെഹ്റുവിനെ പുകഴ്ത്താൻ പവനനുള്ള ഒരേ ആധാരം 1930 കളിൽ

നെഹ്റു എഴുതിയ ചില ലേഖനങ്ങളും ഗ്രന്ഥങ്ങളുമാണ്. അന്നദ്ദേഹം ഇടതുപക്ഷ രാഷ്ട്രീയക്കാരുടെ കൂടെയായിരുന്നു. "കമ്യൂണിസ്റ്റുകാരുടെ സഹയാത്രിക"നായറിയപ്പെട്ടിരുന്നു. പിന്നീടദ്ദേഹം മാറി, കമ്യൂണിസ്റ്റ് പാർട്ടിയുടെ ശത്രുവായിത്തീർന്നു. അദ്ദേഹത്തിന്റെ ജീവചരിത്രകാരനായ ഡോ. ഗോപാൽ 1950 കളിലെ നെഹ്റുവിന്റെ കത്തുകൾ, ലേഖനങ്ങൾ, പ്രസംഗങ്ങൾ എന്നിവയെ ആസ്പദമാക്കി അദ്ദേഹത്തിന്റെ മാറ്റം വ്യക്തമാക്കുന്നു. ഇത് പവനന്റെ അഭിപ്രായത്തിൽ "ഗോപാലിന്റെ അഭിപ്രായ"മാണ്! ആധികാരികമായത് നെഹ്റുവിന്റെ മൂന്നു പതിറ്റാണ്ടുമുമ്പത്തെ ഗ്രന്ഥങ്ങളും ലേഖനങ്ങളുമാണ്!!!

"മാർക്സിസവും യുക്തിവിചാരവും"മെന്ന ഈ ലേഖനത്തിൽ വിമർശനാർഹമായ പല അംശങ്ങളുമുണ്ട്. എന്നാൽ ഒരു കാലത്ത് മാർക്സിസ്റ്റായിരുന്ന പവനൻ ഇടമറുകിന്റെ ശിഷ്യനായി തീർന്നതെങ്ങനെയെന്ന് വ്യക്തമാകാൻ ഇതുമതി.

കമ്യൂണിസ്റ്റ് പാർട്ടിയിൽ അഭിപ്രായവ്യത്യാസം മൂർഛിച്ചു ഭിന്നിപ്പിൽ കലാശിച്ചപ്പോൾ, നെഹ്റുവും കോൺഗ്രസുമായി സഹകരിക്കണമെന്ന നിലപാട് എടുത്ത സി പി ഐയിലാണ് അദ്ദേഹം ചേർന്നത്. പിന്നീട് സി പി ഐക്കുപോലും നെഹ്റുഭക്തി വേണ്ടത്ര ഇല്ലെന്ന് തോന്നി തന്റെ സംഘടനയായി യുക്തിവാദി സംഘത്തെ സ്വീകരിക്കുകയാണദ്ദേഹം ചെയ്തത്.

എന്നാൽ, ഇപ്പോഴും പഴയ മാർക്സിസത്തെ അദ്ദേഹം തീർത്തും നിഷേധിച്ചിട്ടില്ല, അതിനെതിരായി "ധീരമായ ചെറുത്തു നിൽപ്പ്" നടത്തുക മാത്രമാണ് എന്ന് അദ്ദേഹത്തിന്റെ കൃതികൾ പ്രസിദ്ധീകരിക്കുന്ന പ്രസാധകർ അഭിപ്രായപ്പെടുന്നു.

4 ഈ ഗ്രന്ഥത്തിലെ അവസാന ലേഖനമാണ് "ഇ എം എസും യുക്തിവാദവും." അതിലടങ്ങിയ എല്ലാ വാദങ്ങളെയും പരാമർശിക്കാനുദ്ദേശിക്കുന്നില്ല. അതിന്റെ രത്നച്ചുരുക്കം കമ്യൂണിസ്റ്റ് മാർക്സിസ്റ്റ് പാർട്ടി, കോൺഗ്രസിനെതിരായി ലീഗിനെ കൂട്ടുപിടിച്ചുവെന്നതാണ്.

ഇവിടെ ഒരുകാര്യം ശ്രദ്ധേയമാണ്. "ലീഗിനെ കൂട്ടുപിടിച്ച"തിൽ തന്റെ സ്വന്തം "മാതൃകായുക്തിവാദി" യായ നെഹ്റുവിനുള്ള പങ്ക് പവനൻ അംഗീകരിക്കുന്നില്ല. കോൺഗ്രസിന്റെ തന്ത്രത്തിന് മറു തന്ത്രമായി ലീഗടക്കമുള്ള ഒരു കോൺഗ്രസിതര മുന്നണി കെട്ടിപ്പടുക്കാൻ കമ്യൂണിസ്റ്റ് (മാർക്സിസ്റ്റ്) പാർട്ടി മുൻകൈയെടുത്തതാണ് അദ്ദേഹത്തിന്റെ ദൃഷ്ടിയിൽ ആക്ഷേപകരമായിട്ടുള്ളത്.

ഇതിന് കമ്യൂണിസ്റ്റ് (മാർക്സിസ്റ്റ്) പാർട്ടിയെ കുറ്റപ്പെടുത്തുന്ന പവനൻ ആ കുറ്റത്തിന്റെ ഒരു ചെറിയ ശതമാനമെങ്കിലും നെഹ്റുവിനുണ്ടെന്നു പറയുവാൻ കൂട്ടാക്കാത്തതെന്തുകൊണ്ട്? കമ്യൂണിസ്റ്റ് (മാർക്സിസ്റ്റ്) പാർട്ടി ഉണ്ടാക്കിയതായി പറയപ്പെടുന്ന "അവസരവാദപരമായ കൂട്ടുകെട്ടി"ന് ഏതാനും വർഷങ്ങൾക്കുമുമ്പുതന്നെ പവനന്റെ താത്വികാചാര്യനായ നെഹ്റു ഉണ്ടാക്കിയ കൂട്ടുകെട്ടിന്റെ നേരെ പവനന്റെ

ധാർമികരോഷം എന്തുകൊണ്ടുയരുന്നില്ല? നെഹ്റുവിന്റെ ജീവിതത്തിലെ അവസാന വർഷങ്ങളിൽ ആശയപരമായി അദ്ദേഹത്തിനു പറ്റിയ അധഃപതനം പരാമർശിക്കുന്ന ഡോ: ഗോപാലിനോളംപോലും നെഹ്റുവിനെ വിമർശിക്കാൻ എന്തുകൊണ്ട് അദ്ദേഹം തയ്യാറാവുന്നില്ല?

ഇവിടെയാണ് പവനന്റെ "യുക്തിവാദ ചിന്താപദ്ധതിയിൽ ഇക്കഴിഞ്ഞ ദശകം കൊണ്ടുണ്ടായ ഗുണപരമായ വളർച്ച"യെന്ന് സനൽ ഇടമറുക് വിശേഷിപ്പിക്കുന്ന പ്രതിഭാസം പ്രകടമാവുന്നത്. അവിഭക്ത കമ്യൂണിസ്റ്റ് പാർട്ടിയിൽ ഉയർന്നുവന്ന കോൺഗ്രസ് അനുകൂല ചിന്താഗതിയുടെ കൂടെ നിൽക്കുകയാണ് സി പി ഐയിൽ പവനൻ ചേർന്നപ്പോൾ അദ്ദേഹം ചെയ്തത്. സി പി ഐയുടെ നിലപാടിൽ മാറ്റം വരാൻ തുടങ്ങിയപ്പോഴാണ് ആ പാർട്ടിയിൽ തുടരുന്നുവെന്നവകാശപ്പെട്ടുകൊണ്ട് അതിന്റെ നയങ്ങൾക്കെതിരായി അദ്ദേഹം കലാപകൊടി ഉയർത്തിയത്.

എങ്കിലും, തന്റെ വീക്ഷണം ഇടതുപക്ഷത്തിന്റേതാണെന്ന് അദ്ദേഹത്തിന് വരുത്തിയേ കഴിയൂ. അതിനു പറ്റിയ മാർഗം ഇടമറുകും കൂട്ടരും അദ്ദേഹത്തിന് കാണിച്ചുകൊടുത്തു. "മതം മനുഷ്യനെ മയക്കുന്ന കറുപ്പാണ്" എന്ന വാചകമാണ് "മാർക്സിസത്തിന്റെ അന്തഃസത്ത" എന്നു പക്വത വന്നിട്ടില്ലാത്ത ചെറുപ്പക്കാരെ ധരിപ്പിക്കണം. മാർക്സിസത്തിന്റെ ഈ "അന്തസത്ത"ക്കുവേണ്ടി പോരാടുന്നത് യുക്തിവാദിസംഘമാണ് എന്ന് കുറെ പേരെയെങ്കിലും വിശ്വസിപ്പിക്കണം. അങ്ങനെ ഏറ്റവും വലിയ യുക്തിവാദി എന്ന നിലക്ക് നെഹ്റുവിനെ അംഗീകരിച്ചുകൊണ്ടുള്ള ഒരു ഇടതുപക്ഷപ്രസ്ഥാനം രാജ്യത്തു സംഘടിപ്പിക്കണം.

ഈ പദ്ധതി നടപ്പിലാക്കുന്നതിൽ അദ്ദേഹവുമായി സഹകരിക്കാൻ തികച്ചും തയ്യാറാണെങ്കിലും, ഈ ഘട്ടത്തിൽപോലും മാർക്സിസത്തെ വേണ്ടത്ര തള്ളിപ്പറഞ്ഞിട്ടില്ലെന്ന പരാതി പവനന്റെ ഇന്നത്തെ കൂട്ടുകാർക്കുണ്ട്. അതാണ് ഈ ഗ്രന്ഥത്തിന്റെ ആദ്യം കൊടുത്ത പ്രസാധകക്കുറിപ്പ് കാണിക്കുന്നത്.

അടുത്ത കാലത്തായി കേരളത്തിൽ ജാതി–മത വർഗീയ ശക്തികൾക്ക് വിളയാടാൻ കഴിഞ്ഞിട്ടുണ്ടെന്നു കണ്ട് അതിൽ ദുഃഖിക്കുകയാണ് പവനൻ. എന്നാൽ ഇതിനുള്ള മുഖ്യ ഉത്തരവാദിത്വം കോൺഗ്രസിനാണെന്നും അതിന്റെ തലപ്പത്തിരുന്നുകൊണ്ട് കേരളത്തിലെ കോൺഗ്രസിനെ മുസ്ലീംലീഗും ക്രിസ്ത്യൻ പള്ളികളുമടക്കം എല്ലാ ജാതി–മത വർഗീയശക്തികളുടെയും വാലാക്കിമാറ്റാൻ ആദ്യം തീരുമാനിച്ചത് തന്റെ ആരാധനാമൂർത്തിയായ നെഹ്റു ആണെന്നും അദ്ദേഹം അംഗീകരിക്കുന്നില്ല. നെഹ്റു പ്രയോഗിച്ച ഈ തന്ത്രത്തിനുള്ള മറുതന്ത്രമെന്ന നിലക്ക് മുസ്ലീംലീഗ് അടക്കമുള്ള കോൺഗ്രസിതര മുന്നണി

രൂപീകരിച്ച കമ്യൂണിസ്റ്റ് (മാർക്സിസ്റ്റ്) പാർട്ടിയെയാണ് അദ്ദേഹം കുറ്റപ്പെടുത്തുന്നത്.

അതായത്, കമ്യൂണിസ്റ്റ് (മാർക്സിസ്റ്റ്) പാർട്ടിയുടെ യഥാർഥ കുറ്റം കോൺഗ്രസിനെ പരാജയപ്പെടുത്താൻ പറ്റുന്ന മറുതന്ത്രം പ്രയോഗിച്ചുവെന്നതാണ്. അതിന്റെ പേരിലാണ് പവനൻ ആദ്യം സി പി ഐയിലേക്കും പിന്നീട് യുക്തിവാദി സംഘത്തിലേക്കും പോയത്. അദ്ദേഹത്തിന്റെ പുത്തൻ സുഹൃത്തുക്കളായ ഇടമറുകിനും കൂട്ടർക്കുമാകട്ടെ, പവനനെപ്പോലെ തങ്ങൾ മാർക്സിസ്റ്റുകാരാണെന്ന് വരുത്തിത്തീർക്കേണ്ട ഒരാവശ്യവുമില്ല.

അവസാനമായി ഒരു കാര്യം കൂടി വ്യക്തമാക്കിക്കൊള്ളട്ടെ; പവനന്റെ ആരാധനാമൂർത്തിയായ നെഹ്റുവിന്റെ നേതൃത്വത്തിൽ കോൺഗ്രസ് ചെയ്തതുപോലെ മുസ്ലീംലീഗിന്റെയോ മറ്റേതെങ്കിലും വർഗീയ പാർട്ടിയുടെയോ സഹായത്തിനുവേണ്ടി കമ്യൂണിസ്റ്റ് (മാർക്സിസ്റ്റ്) പാർട്ടി സ്വന്തം നിലപാടുപേക്ഷിച്ചിട്ടില്ല. 1959–60 മുതൽക്കിന്നേവരെയുള്ള കാൽനൂറ്റാണ്ടുകാലത്ത് വെറും അഞ്ചുകൊല്ലം (1964–69) മാത്രമാണ് ലീഗുമായി പാർട്ടി സഹകരിച്ചത്. ബാക്കി സമയം മുഴുവൻ ലീഗും കോൺഗ്രസും തമ്മിലായിരുന്നു ചങ്ങാത്തം. ഇന്ന് ലീഗടക്കം ജാതി–മത പാർട്ടികളെല്ലാം കോൺഗ്രസിന്റെ കൂടെയാണ്. പാർട്ടിയുടെ കൂടെ നിൽക്കുന്ന അഖിലേന്ത്യാലീഗുപോലും ശരിഅത്ത് നിയമമടക്കം പല കാര്യങ്ങളിലും പാർട്ടിയുടെ നിലപാടിനോട് യോജിക്കുന്നില്ല. ഇതുപോലെ സ്വതന്ത്രമായ നിലപാടെടുക്കാൻ കോൺഗ്രസ് തയ്യാറല്ല, സാധിക്കുകയുമില്ല.

9 789385 018558

Printed by Libri Plureos GmbH in Hamburg,
Germany